இரவும் பகலும்

கி. வா. ஜகந்நாதன்

Title: Iravum Pagalum

Author: Ki. Va. Jagannathan

Language: Tamil

First Published on: 1953

Year of Publication: 2025

Book Format: Paperback

*Page Size: 6inch * 9inch*

Category: Religious

Subject: Religious Essays

No. of pages: 98

ISBN: 978-81-999349-8-6

Published by: Nilan Publishers, Madurai, Tamilnadu, India

பொருளடக்கம்

குறிப்புகளுக்காக

முன்னுரை

திருநாவுக்கரசர் தேவாரம் நான்கு, ஐந்து, ஆறாம் திருமுறைகளாக வகுக்கப் பெற்றிருக்கின்றன. இறைவனுடைய திருவருளைப் பெற அவன்பால் அன்பு செய்த நால்வரையும் நான்கு நெறி பற்றி வழிபட்டதாகச் சொல்வர். திருஞான சம்பந்தர் இறைவனைத் தந்தையாக அணுகிப் பிள்ளை போல அன்பு செய்தார் என்றும், அந்நெறி சற்புத்திர மார்க்கமென்றும் கூறுவர். ஆண்டானை அடிமை வழிபடும் நெறியில் அப்பர் ஒழுகினார்; அது தாச மார்க்கம் ஆகும். தோழமை வழிபற்றியவர் சுந்தரர்; அது சகமார்க்கம். தலைவனை நாடும் தலைவி போன்ற நிலையுடையவர் மாணிக்கவாசகர்; அதனைச் சன்மார்க்கம் என்பர்.

உழவாரத் திருப்பணி செய்து வாழ்ந்த அப்பர் சுவாமிகள், திருநாவுக்கரசர் என்று இறைவன் அருளிய சிறப்புப் பெயருக்கு ஏற்ப அற்புதமான தேவாரப் பதிகங்களைப் பாடினார். உள்ளத்தே இறைவன் திருவடியை யன்றிப் பிறிது ஒன்றை எண்ணாமல் வாழ்ந்தார். இப்படி முக்கரணங்களாலும் வழிபாடு இயற்றிய பெருமையையுடைய வாகீசர் 4900 திருப்பதிகங்கள் பாடியதாகக் கூறுவர் சுந்தரமூர்த்தி நாயனார்;

"இணைகொள் ஏழெழு நூறிரும் பனுவல்
ஈன்ற வன்திரு நாவினுக் கரையன்"

என்று திருநின்றியூர்த் தேவாரத்தில் குறிப்பிடுகிறார். திருமுறை கண்ட புராணத்தில், பதிகம் ஒன்றுக்குப் பத்துப் பாட்டென்ற கணக்கு வைத்து, நாற்பத்தொன்பதினாயிரம் பாடல்களை யுடைய பதிகங்கள் பாடியதாக அதன் ஆசிரியர் கூறுகிறார்.

***"திருநாவுக் கரையரெனும் செம்மை யாளர்
தீஅமணர் சிறைநீங்க அதிகை மேவும்
குருநாமப் பரஞ்சுடரைப் பரவிச் சூலைக்
'கொடுங்கூற்றா யின'என்ன எடுத்துக் கோதில்
ஒருமானைத் தரிக்கும் 'ஒரு தனை' யுங் காறும்
ஒருநாற்பத் தொன்பதினாயிரம தாகப்
பெருநாமப் புகலூரிற் பதிகங் கூறிப்
பிஞ்ஞகனார் அடியிணைகள் பெற்று ளாரே."*** *(15)*

இப்போது கிடைப்பவை 312 பதிகங்களே; அவற்றில் உள்ள பாடல்கள் 3066. இவற்றில் முதல் திருமுறையில் உள்ளவை 113 பதிகங்கள். முதல் 21 பதிகங்கள் பலவேறு பண்களில் அமைந்தவை. அப்பண்கள் கொல்லி (பதிகம்.1), காந்தாரம் (2-7), பியந்தைக் காந்தாரம் (8),சாதாரி(9), காந்தாரபஞ்சமம் (10-11), பழந்தக்க ராகம் (12-13), பழம் பஞ்சுரம் (14-15), இந்தளம் (16-18), சீகாமரம் (19-20), குறிஞ்சி (21) என்ற பத்துமாகும். இவற்றிற்குப்பின் ஐம்பத்தெட்டுப் பதிகங்கள் திருநேரிசைகள். திருநேரிசை என்பது பண்ணின் பெயர் அன்று; யாப்பின் பெயர். அவற்றிற்கு உரிய பண் கொல்லி. திருநேரிசை எனக் குறித்த செய்யுட்கள் பிற்காலத்தில் அறுசீர்க் கழிநெடிலடி யாசிரிய விருத்தமென்ற பெயரோடு வழங்கும் பாவினமாக அமைந்துள்ளன. திருநேரிசைக்குப் பின் திருவிருத்தத்தாலான 34 பதிகங்கள் இருக்கின்றன. திருவிருத்த மென்பது கட்டளைக் கலித்துறையென்று வழங்கும் யாப்பு: அவை ஐஞ்சீர்களால் அமைந்தவை.

தேவாரத்தில் திருநாவுக்கரசர் வாக்குக்குத் தனியே ஒரு தன்மை உண்டு. கவி கவிஞனுடைய இயல்பையும் புலப்படுத்தும் இயல்புடையது. உலக வாழ்வில் பலவகை அல்லல்களுக்கு உட்பட்டவராதலின் இவருடைய பாட்டில் மனத்தை நெகிழவைக்கும் பகுதி மிகுதி. இவர் பாட்டைப் படித்தால் நால்வரில் மற்ற மூவருடைய பாட்டைவிட அவை தெளிவாக விளங்குவதைக் காணலாம். அதற்குக் காரணம் மற்றவர்களை விட இவர் சிறந்த கவிஞர் என்பது அல்ல. ஒவ்வொருவரும் ஒவ்வொரு வகையிலே சிறந்தோரே.

ஆயினும் திருநாவுக்கரசர் நம்மைச் சேர்ந்த ஒருவரைப் போல நமக்குத் தோன்றுகிறார். நாம் படும் துன்பங்களை இவரும் அடைந்தாரென்று தெரிகிறது. நம்மைப் போலவே ஆசையும் துடிப்பும் மயக்கமும் தெளிவும் உடையவராக நின்று பேசுகிறார். இவருடைய பேச்சு நமக்கு நன்றாக விளங்குகிறது; இவருடைய உணர்ச்சிகள் நாம் உணரும் உணர்ச்சிகளாகவே பல இடங்களில் இருக்கின்றன. சில சமயங்களில் நாம் சொல்ல வேண்டியதைத்தான் இவர் சொல்லுகிறாரென்று கூறிவிடலாம் போல் இருக்கிறது, இவர் பாட்டு. நாமும் உழன்று துன்புறுகிறோம்; இவரும் துன்புற்றார். ஆனால் அந்தத் துன்பத்தினின்றும் விடுபட்டு இன்புற்றார். நாமோ ?

மிகவும் அல்லற்பட்டுத் தேடிய பொருளிடம் நமக்கு உண்டாகும் ஆர்வமும் பற்றும் மிகுதியாக இருக்கும். பல காலம் துன்பக்கடலில் ஆழ்ந்து கரையேறிய அப்பருக்கு இறைவன் கனியாய், அமுதமாய், பண்ணாய், பாட்டாய் இனிக்கிறான். மெய் வருந்த நெடுநேரம் உழைத்துவிட்டு, அவ்வுழைப்பினால் உடம்பிலே களைப்பும் வயிற்றிலே பசியும் உடைய உழைப்பாளி ஒருவனுக்கு இன்சுவை உணவு கிடைத்தால் எத்தனை ஆர்வத் தோடு உண்டு சுவைப்பானோ, அப்படி இவர் இறைவனுடைய குண நலங்களை அநுபவிக்கிறார். தம்மைப் பற்றித் தனியே சுட்டிப் பெயர் கூறுவது இவர் வழக்கம் அன்று. நால்வரில் அப்பரும் மணிவாசகரும் இந்த வகையில் ஒப்புடையவர்கள்.

ஒவ்வொரு பதிகத்தின் இறுதியிலும் இறைவன் இராவணனுக்கு அருள் செய்த வரலாற்றைச் சொல்வது நாவுக்கரசர் வழக்கம். சமண சமயத்திலே புகுந்து பலகாலம் இருந்து பின்பு இறைவன் அருளால் சூலைநோய் தோன்றச் சிவபிரானைத் தஞ்சம் அடைந்து மீண்டும் சைவரானவர் இவர். தாம் செய்த அபராதங்களைப் பெரியனவாக நினையாமல் தம்மை ஆட்கொண்டது சிவபிரானுடைய பெருங்கருணைத் திறம் என்று நினைந்து உருகுகிறார். 'மலையெடுத்துத் தீச்செயல் புரிந்த இராவணனுக்கும் அருள் செய்த கருணையை ஒத்தது இது' என்ற எண்ணம் வந்தது.

அதனால் அத்திருவிளையாட்டை எடுத்துச் சொல்லும் வழக்கத்தை மேற்கொண்டார். இதைச் சேக்கிழார்,

"இத்தன்மை நிகழ்ந்துழி நாவின்மொழிக்கு
இறையாகிய அன்பரும், 'இந்நெடுநாள்
சித்தந்திகழ் தீவினை யேன் அடையும்
திருவோஇது!' என்று தெருண்டறியா
அத்தன்மைய னாய இராவணனுக்கு
அருளும் கருணைத்திற மானஅதன்
மெய்த்தன்மை அறிந்து துதிப்பதுவே
மேற்கொண்டு வணங்கினர் மெய்யுறவே"

என்பதில் குறிப்பாகத் தெரிவிக்கிறார்.

அப்பர், இந்த உடம்பு ஐம்பொறிகளால் அலைக்கப் பெறுவதைப் பல இடங்களில் சொல்கிறார். பல காலம் உடம்பைப் பேணி அடையும் இன்பங்களை விடச் சில காலம் சூலைநோயால் பட்ட துன்பம் மிகமிகக் கொடுமையாக இருந்தமையால் உடம்பை வெறுக்கும் நிலை இவருக்கு எளிதில் வந்துவிட்டது. தாம் சமணர்களைச் சார்ந்து காலத்தை வீண் போக்கியதையும், உலகியல் வாழ்வில் பட்டு அலைந்ததையும் எடுத்துச் சொல்லி இரங்குகிறார். இறைவனுடைய அருட் செயல்களையும் பழைய வரலாறுகளையும் சொல்லிச் சொல்லி வியக்கிறார். அடிக்கடி தமக்கு அருள் செய்ய வேண்டுமென்றும், தமக்கு யமபயத்தைப் போக்க வேண்டுமென்றும், தமக்குத் திருவடியை வழங்க வேண்டுமென்றும் விண்ணப்பித்துக் கொள்கிறார்.

இவர் கற்பனையால் புனைந்துரைக்கும் காட்சிகள் பல உண்டு. இந்தப் புத்தகத்தில் இரண்டு காட்சிகளைக் (4,6) காணலாம். பல நூல்களைக் கற்றறிந்தவராதலின் பல கருத்துக்களையும் சொற்களையும் அவற்றிலிருந்து எடுத்தாளுகிறார். திருக்குறளின் சொல்லும் பொருளும் இவர்

வாக்கில் இடையிடையே வந்துள்ளன. நான்காம் திருமுறையில் அப்படி வரும் இடங்களிற் சில வருமாறு:

"இருள்சேர் இருவினையும் சேரா இறைவன்
பொருள்சேர் புகழ்புரிந்தார் மாட்டு"

என்ற திருக்குறளின் பின்னடி,

"பொய்யஞ்சி வாய்மைகள் பேசிப்
புகழ்புரிந் தார்க்கருள் செய்யும்" (4:10)

என்பதில் ஒலிக்கிறது.

"பொறிவாயில் ஐந்தவித்தான்"

என்றும் திருக்குறட் கருத்தை,

"அறுத்தார் புலன்ஐந்தும்" (16:10)

"குணமிலா ஐவர் செய்யும்
பாவமே தீர நின்றார்" (36:2)

என்பவற்றிற் காணலாம்.

"பொள்ளலிக் காயந் தன்னுள்
புண்டரீ கத்திருந்த
வள்ளலை" (42:6)

என்னும் பகுதி,

"மலர்மிசை ஏகினான்"

என்ற திருக்குறட் பகுதிக்கு உரைபோல இருக்கிறது.

இந்தப் புத்தகத்தில் பதின்மூன்று பாடல்களுக்குரிய விளக்கத்தைக் காணலாம். முதற் பாட்டும் இறுதிப் பாட்டும் அப்பர் சுவாமிகளுடைய வரலாற்றோடு தொடர்புடையவை. சூலை நோயைத் தவிர்த்தருள வேண்டுமென்று பாடியது,

"கூற்றாயினவாறு" எனத் தொடங்கும் திருப்பதிகம். தமக்குத் திருவடி தீட்சை செய்தருள வேண்டுமென்று கேட்டுக் கொண்டு பாடியது, திருச்சத்தி முற்றத் திருப்பதிகம். திருவதிகையைப் பற்றிய பாடல்கள் மூன்றும், திருவையாற்றுப் பாடல்கள் மூன்றும், திருவாரூரைப் பற்றிய பாடல்கள் இரண்டும், திருக்கடவூர், திருமறைக்காடு, திருவீழிமிழலை, திருச்சத்தி முற்றம் என்னும் தலங்களைப் பற்றிய பாடல் ஒவ்வொன்றும், பொது ஒன்றுமாகப் பதின்மூன்று பாடல்களை எடுத்து விளக்கம் செய்திருக்கிறேன்.

இறைவன் திருநாவுக்கரசரை ஆட்கொண்டதற்கு மூல காரணம், அவர் சமணரானாலும் பரம்பரை வாசனையினால் தம்மையும் அறியாமல் அவருள்ளத்தே சிவபிரானுடைய நினைவு இருந்ததுதான் என்பதை முதற் கட்டுரையில் அவர் வாக்கைக் கொண்டே காட்டியிருக்கிறேன்.

இந்தக் கட்டுரைகளை எழுதும்போதெல்லாம் என்னுடைய குறைபாடு எனக்குத் தோன்றிக்கொண்டே இருந்தது. தமிழ் அறிவு மாத்திரம் இருந்தால் போதாது, இத்தகைய பாடல்களின் சுவையை உணர; சமயநூல்களிற் புலமை இருந்தாலும் போதாது; இறைவனுடைய திருவடியிலே அன்பும் அதனால் பெற்ற அநுபவமும் இருந்தாலன்றி இத்தகைய அருளுணர்ச்சி ததும்பும் திருவாக்குகளிற் புதைந்து கிடைக்கும் நலங்களைத் தெளிவாக உணர்தல் அரிது. ஆயினும் அன்பர்கள் பலர் இந்தக் குறை நிரம்பிய விளக்கங்களையும் தம்முடைய பெருந்தன்மையினாற் பாராட்டுகிறார்கள் என்பதை உணரும் போது, மேலும் எழுதலாம் என்ற ஊக்கம் உண்டாகிறது. தமிழ் நாட்டில் உள்ள அன்பர்களும் பத்திரிகைகளும் இந்த நூல் வரிசையைப் பாராட்டி எழுதுவது கண்டு ஆக்கம் பெறுகிறேன். அணிமையில் இலங்கைக்குச் சென்றிருந்தபோது அங்குள்ள அன்பர்கள் இவ்விளக்கங்களை நன்றாகப் படித்துப் பாராட்டி என்பாலுள்ள பேரன்பைப் புலப்படுத்தினார்கள். எல்லாம்

முருகன் திருவருள் என்று எண்ணி அப் பெருமானை வாழ்த்துகிறேன்.

பல வகையில் எனக்கு ஊக்கம் அளிக்கும் அன்பர்கள் அனைவர் திறத்திலும் மிக்க நன்றி பாராட்டுகிறேன்.

கி.வா.ஜகந்நாதன்

இரவும் பகலும்

நள்ளிருள். திருப்பாதிரிப்புலியூரில் ஒரு சைனமடத்தில் இருந்த தருமசேனர் துடியாய்த் துடிக்கிறார். வயிற்றிலே தோன்றிய சூலை நோய் அவரால் பொறுக்க முடியவில்லை. குடலையே புரட்டி முடங்கச் செய்தது அந்த நோய். எவ்வளவோ மருத்துவம் செய்து பார்த்து விட்டார்கள். மந்திரமும் பார்த்தார்கள். தண்ணீரை மந்திரித்துக் குடிக்கச் செய்தார்கள்; தீரவில்லை. மயிற் பீலியினால் உடம்பெல்லாம் தடவி மந்திரித்தார்கள்: அப்போதும் தணியவில்லை. "இனி என்ன செய்வோம்!" என்று ஒன்றும் தெரியாமல் சைனர்கள் ஏங்கினார்கள்.

அப்போது தருமசேனருக்குத் தம்முடைய தமக்கையின் நினைவு வந்தது. திருவதிகைத் திருக்கோயிலில் சிவத்தொண்டு புரிவதையே தம் வாழ்க்கைப் பெரும்பணியாக வரையறுத்துக் கொண்டு அந்த அம்மையார் ஒரு திருமடத்தில் வாழ்ந்து வந்தார். தருமசேனர் தம்முடைய சமையற்காரனைத் தம் தமக்கையிடம் வரச் சொல்லி தம் நிலையை எடுத்துரைத்து அனுப்பினார். அவன் அப் பெருமாட்டியிடம் சென்று சொல்லவே, "நான் அங்கே வரமாட்டேன்" என்று அவர் சொல்லியனுப்பி விட்டார். அது கேட்ட தருமசேனர் தாமே தம் தமக்கையாரிடம் செல்லத் துணிந்தார்.

எல்லோரும் நன்றாகத் தூங்குகிறார்கள். தருமசேனர் மாத்திரம் தூங்கவில்லை. சூலை நோய் அவரைத் தூங்கவிடவில்லை. உடல் புழுவாய்த் துடித்துக்கொண்டிருந்தார். இன்னது செய்வதென்று தெரியாமல் அவர் மனம் சுழன்றது.

பிறப்பினால் சைவர் அவர். மருள்நீக்கியார் என்ற பெயர் உடையவர். சிறந்த சைவவேளாளர் குலத்தில் உதித்தவர். இப்போது சைனர்களிடையே பெரிய ஆசிரியராக எழுந்தருளியிருக்கிறார். ஆயினும் அவருக்கு உடம்போடு வந்த சைவ உணர்ச்சி முற்றும் நீங்கவில்லை. வழி வழியே சிவ பூசையும் சிவ வழிபாடும் செய்யும் குடியிற் பிறந்தமையால் அவர் உள்ளத்துக்குள்ளே சிவபெருமானுடைய நினைவு இருந்து கொண்டே இருந்தது. தம்முடைய புதிய சூழ்நிலையில் சைன சமய முறைப்படியே செய்ய வேண்டியவற்றை அவர் செய்து கொண்டிருப்பார்; அவர் மனமோ பழமையிலே பதிந்து சிவபெருமானுடைய நினைவாகவே இருக்கும். உள்ளத்துக்குள்ளே தோற்றும் அந்த நினைவை மாற்ற முயல்வார்; முடியாது. 'நம்முடைய தந்தையார் இந்த நேரத்துக்குச் சிவபூசை செய்வார். நீரால் இறைவனை ஆட்டிப் பூவால் அருச்சனை செய்து தூபதீபம் காட்டுவார். இப்போது அந்த வழக்கத்தை நான் கைவிட்டேன்' என்ற நினைவு அவர் மனத்தை உறுத்தும். அவர் சிவ பூசை செய்யாவிட்டாலும் சலமும் பூவும் தூபமும் அவர் நினைவிலிருந்து போகவில்லை.

இத்தகைய போராட்டத்திலிருந்து அவரை மீட்கத் திருவருள் பாலித்தான் சிவபெருமான். அவருடைய தமக்கையாகிய திலகவதியாரும் தினந்தோறும் இறைவனிடம், "அடியேன்பின் வந்தவனை ஆட்கொண்டருள வேண்டும்" என்று விண்ணப்பித்துக் கொண்டு வந்தார். எல்லாச் சமயத்திலும் இருப்பவன் ஒரே இறைவன்தான். சைனசமயத்தார் தம் மரபுப்படியே ஒழுகிப் பிறருக்குத் தீங்கு இயற்றாமல் வாழ்ந்தால் அவர்களுடைய வழிபாட்டையும் ஏற்றுக் கொள்வான் இறைவன்.

தருமசேனர் சைனசமய நூலறிவிலே சிறந்தவராக நின்றாலும், அந்தச் சமயத்தார் அவரை ஆசிரியராகக் கொண்டு வழிபட்டுப் போற்றினாலும் பழைய வாசனையும் குடிப் பிறப்பின் ஆற்றலும் அவருடைய உள்ளத்திலே சிவபிரானுடைய

நினைவை மறவாமல் இருக்கச் செய்தன. அந்த நினைவை மறக்க முயன்றும் அவரால் முடியவில்லை.

இந்த நள்ளிருளில் மந்திரமும் மருந்தும் சைனரும் தம்மைக் கைவிட்டு நிற்கத் தம் மனத்தில் என்ன முயன்றும் சிவபெருமானுடைய நினைவு நீங்காதிருத்தலை எண்ணிப் பார்த்தார். தம்முடன் பிறந்த திலகவதியாரிடம் போனால் தம் நோய் நீங்கும் என்ற நம்பிக்கை உண்டாயிற்று.

ஆகவே யாரும் அறியாமல் எழுந்தார். வெள்ளை ஆடையால் உடம்பெல்லாம் போர்த்துக்கொண்டார். திருப்பாதிரிப் புலியூரிலிருந்து புறப்பட்டுத் திருவதிகையை நோக்கி நடக்கலானார்.

சைனசமயப் பற்று அப்போதே அவரிடமிருந்து அகன்றது. உயிருக்கு மோசம் வரும் என்ற அச்சம் அவருக்கு உண்டாகி விட்டது. வழி வழி வந்த பெரும் பற்றாகிய சிவபெருமானைப் பற்றினால் உய்யலாம் என்ற எண்ணம் வலிமை பெற்றது.

மெல்ல மெல்ல நடந்து திருவதிகை வந்தார். திலகவதியார் இருந்த மடத்தை விசாரித்துக் கொண்டு சென்று உள்ளே புகுந்தார். திலகவதியார் காலில் வீழ்ந்து, "ஐயோ! என்னால் இந்தச் சூலை நோயைப் பொறுக்க முடியவில்லையே! நான் கரையேறும் நெறியைக் காட்டவேண்டும்" என்று சொல்லி அழுதார். திலகவதியார் அவரை எழுப்பி, "இறைவன் திருவருளால்தான் இது நீங்க வேண்டும். அவனுக்குத் தொண்டு செய்வாயாக'' என்று கூறித் திருவதிகை வீரட்டப் பெருமான் சந்நிதிக்கு அவரை அழைத்துச் செல்ல எண்ணினார். இறைவனுடைய திருவைந்தெழுத்தை ஓதித் திருநீற்றைத் தம் தம்பியாருக்குக் கொடுக்க, அவர் அதனைப் பணிந்து ஏற்று அணிந்துகொண்டார்.

அப்போது தான் விடிந்து கொண்டிருந்தது. திருப்பள்ளி எழுச்சிக்குரிய காலம் அது. அகத்தே உள்ள இருளும் புறத்தே உள்ள இருளும் ஒருங்கே கரைய, இறைவன் திருமுன்

திலகவதியார் செல்ல, மருள்நீக்கியாரும் சென்றார். திருவாளன் திருநீறு தரித்தபோதே அவர் தருமசேனராக இருந்தது மாறி மருள்நீக்கியார் ஆகிவிட்டார் அல்லவா?

தம் தமக்கையாரைக் கண்ட அளவிலே அவருக்கு ஓரளவு ஊக்கம் உண்டாயிற்று. திருநீறு அணிந்தவுடன் ஏதோ புத்துணர்ச்சி உடம்பில் மூண்டது. திருக்கோயிலுக்குள் அடியெடுத்து வைத்தபோது அவர் பழைய உடம்பு மாறி வருவது போன்ற அநுபவம் உண்டாயிற்று. தம்மைப் படாத பாடு படுத்திய சூலை நோய்க்கு மருந்து அங்கே உறுதியாகக் கிடைக்கும் என்ற நம்பிக்கை அவருக்கு ஏற்பட்டது.

திலகவதியாரைத் தொடர்ந்து சென்றார். திருக்கோயிலை வலம் வந்தார். அப்போது வீசிய காற்று அவர் உயிருக்கே தண்மையைத் தந்தது. உள்ளே புகுந்தார். சந்நிதியை அடைந்தார். பல காலமாக மறந்து பிரிந்திருந்த தாயை மீட்டும் வந்தடைந்த குழந்தை போல் ஆனார். செய்யத் தகாத காரியம் செய்து தம் சொந்த வீட்டைப் பிரிந்து பலகாலம் வேறிடத்தில் வாழ்ந்து மறுபடியும் தம் வீட்டை அடைந்தால் எப்படி உணர்ச்சி பொங்கி எழுமோ அப்படி எழுந்தது அவருக்கு. தம்முடைய உணர்ச்சியை யெல்லாம் கொட்டி ஓவென்று கதற வேண்டும் போல இருந்தது.

இறைவன் திருமுன் விழுந்தார். அவருடைய உள்ளத்தில் பழைய நினைவுகள் கொந்தளித்தன. தம்முடைய உயிருக்கு இறுதியாக வந்த நோய்க்கு ஏற்ற மருந்து கிடைக்கும் இடத்தை அணுகிவிட்டோம் என்று துணிவு உண்டாயிற்று. உணர்ச்சிக்குக் கரைபோட அவரால் முடியவில்லை. இறைவன் அருளும் அவருடைய இயற்கைச் செப்பமும் சேர்ந்து அவரைக் கத்திக் கூவிக் கதறுவதினின்றும் தடுத்தன. அவர் உள்ளம் இப்போது கனிந்திருந்தது. இறைவனுடைய அருள் நீரால் நனைந்திருந்தது. உணர்ச்சி வசப்பட்டு மலர்ந்திருந்தது. அங்கிருந்து நல்ல உருவத்தோடு கவிதை பிறந்தது.

கூற்றாயின வாறு விலக்ககலீர்!
கொடுமைபல செய்தன நான் அறியேன்;
ஏற்றாய், அடிக் கேஇர வும்பகலும்
பிரியாது வணங்குவன் எப்பொழுதும்;
தோற்றாதென் வயிற்றின் அகம்படியே
குடரோடு துடக்கி முடக்கியிட,
ஆற்றேன் அடி யேன்;அதி கைக்கெடில
வீரட்டா னத்துறை அம்மானே!

இப்படிப் பத்துப் பாடல்களை அவர் பாடி விட்டார். உணர்ச்சி விஞ்சும்போது தமிழ் அறிந்த அவருக்கு அவ்வுணர்ச்சி பாட்டாக வந்தது. அந்தப் பாட்டு அவருடைய வேதனையைக் காட்டியது. அவர் உள்ளத்தே சிவபெருமான் இருந்து, "வா, வா" என்று அழைத்ததைக் காட்டியது. "நான் சைனனாக உடலளவில் வாழ்ந்தாலும் நெஞ்சத்தை உமக்கே இட வைத்தேன். ஆண்டவனே! உம்மை ஒருபோதும் நினையாது இருந்தறியேனே!" என்று பாடினார். 'சலமும் பூவும் தூபமும் நான் எடுத்துப் பூசை செய்யவில்லையே யன்றி, அவற்றை நான் மறந்தறியேன். தமிழோடு இசை பாடுதலையும், உன் நாமத்தை நாவிலே உரைத்தலையும் நான் மறக்க வில்லை. அவை என் நினைவிலே என்றும் இருந்துகொண்டே இருந்தன' என்று பாடினார்.

சூலை நோய் தம்மைப் படுத்தும் பாட்டையெல்லாம் பாடினார். "என் குடலையே சுருட்டிப் பிடிக்கிறதே! நஞ்சாகி வந்து நலிகின்றதே! சுடுகின்றதே! என் வயிற்றைக் கலக்கிப் பறித்துப் புரட்டி அறுத்துக் கவர்ந்து தின்னுகிறதே!" என்று தம்முடைய வேதனையை எடுத்துச் சொன்னார்.

இறைவன் திருவருளால் அவர் வயிற்று வலி நின்றது. அவருக்குப் புதிய உயிர் வந்தது போல இருந்தது. ஒரு கணமேனும் தம்மை விடாமல் நலிந்து கொண்டிருந்த அந்த நோய் எவ்வாறு போயிற்று? அவர் வியந்தார்; மயங்கினார்: இறைவன் திருவருளென்று எணணித் தெளிந்தார். அங்க முழுவதும் புளகம் போர்த்தது, கண்ணில் நீர் தாரை தாரையாக

வழிந்தது. ஆனந்தம் தாங்காமல் மீட்டும் மண்மேல் புரண்டு அயாந்தார். "அடியேன் செய்த குற்றங்களையெல்லாம் பொறுத்து ஆட்கொண்ட கருணை வெள்ளத்துக்கு நான் தகுதியானவனா?" என்று உருகினார். சிவபிரானைத் தாம் விட்டாலும் அப்பெருமான் தம்மை விடவில்லை என்ற உண்மையை அவர் உணர்ந்தார்.

அப்போது அசரீரியாக, "திருப்பதிகம் பாடிய பான்மை யினால் திருநாவுக்கரசு என்ற நாமம் உனக்கு அமைவதாகுக!" என்று ஒரொலி எழுந்தது. அதுமுதல் மருள் நீக்கியார் திருநாவுக்கரசர் ஆனார்.

இனி அவர் பாடிய பதிகத்தின் முதற் பாட்டைப் பார்க்கலாம்.

இறைவனிடம் மருள் நீக்கியார் வந்ததற்குக் காரணம் அவனுடைய திருவருளாக இருந்தாலும், அந்தத் திருவருள் அவரிடம் சூலையை உண்டாக்கி இழுத்தது. ஆதலின் சூலையே காரணம் என்று சொல்ல வேண்டும். அந்தச் சூலையினால் மருள் நீக்கியார் பட்ட துயர் சொல்லுக்கு அடங்காதது. சிறிது வேதனை தந்து விட்டு மறைந்து விடும் நோயாக அது இருக்கவில்லை. உயிரையே கொண்டுபோகும் அளவுக்கு அதன் வலிமை இருந்தது. உயிரைக் கொண்டு போகிறவன் கூற்றவன் என்று சொல்வார்கள். அந்தக் கூற்றுவனே சூலை நோயுருவத்தோடு வந்துவிட்டானோ! ஆம்! சூலை வெறும் நோயாக இருக்கவில்லை; அது கூற்றேயாக இருந்தது. அதை விலக்க யாரும் இல்லையென்றுதான் மருள் நீக்கியார் எண்ணியிருந்தார். ஆனால், கூற்றுவனையே தன் காலால் உதைத்து விலக்கிய சிவபிரானிடம் இப்போது வந்துவிட்டார். கூற்றுவனையே விலக்கினவனுக்குக் கூற்றைப் போன்ற நோயை விலக்குவது அரிதா? அவன் இதுகாறும் விலக்காமல் இருந்தான்.

"எம்பெருமானே! இந்த நோய் நோயாகவா வந்திருக்கிறது? கூற்றாக அல்லவோ வந்திருக்கிறது? இதைத் தேவரீர்

விலக்காமல் இருக்கிறீரே!" என்று தொடங்குகிறார் மருள் நீக்கியார்.

கூற்றாயின வாறு விலக்ககலீர்.

முதலில் கடவுளைத் துதிக்கவில்லை; கடவுளே என்று விளிக்கவில்லை. எடுத்த எடுப்பிலே, "ஐயோ! யமனைப் போல் வந்திருக்கிறதே; இதை நீர் போக்கவில்லையே!" என்று முறையிட்டுக் கொள்கிறார். "ஐயோ! பசி பசி!" என்று பசியிலே உழந்தவன் அலறுவதைப் போலக் கதறுகிறார். அவருக்கு ஒவ்வொரு கணமும் அந்த நோய் வேதனை தாங்க முடியாமல் கொக்கி போட்டு இழுக்கிறது. வயிற்றைப் பிடித்துக் கொண்டு கதறுகிறார். முதலில் தம் வேதனையைச் சொல்லி அழுகிறார்.

மருத்துவரிடம் சென்ற ஒருவன் வாய்விட்டு, "ஐயோ! வயிற்றை வலிக்கிறதே!" என்று முதலில் கதறுவதுதான் இயல்பு. அப்படிக் கதறினார் இவரும். மருத்துவர் நோயாளியைப் பார்த்து, "வயிற்றை வலிக்கிறதா? நீ என்ன தின்றாய்?" என்று கேட்பார். அதற்கு அவன் விடையிறுப்பான்.

இங்கே மருள்நீக்கியாரை மருத்துவனாகிய இறைவன் கேள்வி கேட்கவில்லை. அவன் கேட்க வேண்டிய கேள்வி மருள் நீக்கியாருடைய மனத்தில் தானே தோன்றியது.

"ஏன் அப்பா இந்தக் கூற்றுப் போன்ற நோய் வந்தது? நீ என்ன பிழை செய்தாய்?"

இந்தக் கேள்வி இறைவன் கேட்காமலே கேட்டது. அதற்கு அவர் விடையளிக்கிறார்.

"நான் எத்தனையோ கொடுமைகளைச் செய்திருக்கிறேன். அவற்றை நான் செய்யும்போது அவை இப்படி வந்து விளையுமென்று அறியவில்லை" என்கிறார்.

கொடுமைபல செய்தன; நான் அறியேன்.

"ஏன் அப்பா, நீ தின்னக் கூடாததைத் தின்றாயோ?" என்று மருத்துவர் கேட்கிறார்.

"ஆம்; என்ன என்னவோ தின்றேன் ஐயா; அப்போ தெல்லாம் இப்படி வருமென்று எனக்குத் தெரியவில்லை. அறியாமல் செய்துவிட்டேன். இப்போது படுகிறேன்" என்று நோயாளி சொல்கிறான்.

இதே நிலையில்தான் மருள்நீக்கியாரும் பேசுகிறார்.

"நான் பண்ணின கொடுமைகள் பல. அறியாமல் அவற்றைச் செய்துவிட்டேன். நீ இப்போது என்னை உன்னுடைய திருவடித் தொண்டனாக ஏற்றுக் கொண்டு விட்டாய். உன் திருவடியையே நான் பற்றிக் கொண்டேன். இனிமேல் இரவு பகல் உன்னைப் பிரியமாட்டேன். எப்போதும் உன்னையே வணங்குவேன்" என்று பாடுகிறார் மருள்நீக்கியார்.

ஏற்றாய்அடிக் கே;இர வும்பகலும்
பிரியாது வணங்குவன் எப்பொழுதும்

நோயாளி சொல்கிறான்; சுவாமி, இதுவரைக்கும் நான் உங்களிடம் செய்ததை மறந்துவிடுங்கள். எப்படியோ வந்துவிட்டேன். இனிமேல் நீங்கள் சொல்கிற படியே நடக் கிறேன். இரவும் பகலும் உங்கள் உத்தரவுப்படியே மருந்துகளைச் சாப்பிடுகிறேன்" என்கிறான். அதைப் போலவே மருள்நீக்கியார் சொல்கிறார். நான் பிழைகள் செய்யவில்லை யென்று சொல்லவில்லை; எவ்வளவோ செய்திருக்கிறேன். ஆனால் அறியாமற் செய்துவிட்டேன். இப்போது தேவரீரை அடைந்தேன். தேவரீரும் ஏற்றுக் கொண்டுவிட்டீர். இனி இரவானாலும் பகலானாலும் தேவரீரைப் பிரியமாட்டேன். தேவரீரின் அடிகளில் விழுந்து கிடப்பேன்" என்று சொல்கிறார்.

முதலில், "விலக்ககலீர்" என்று பன்மையில் தொடங்கினார்; "ஏற்றாய்'' என்று ஒருமையாக இப்போது சொல்கிறார். இறைவனிடம் அவருக்கு நெருக்கம் உண்டாகி விட்டது.

மரியாதையாக விலகி நின்று பன்மையிலே பேசத் தொடங்கினவர், தம்முடைய நோயின் வேதனையினாலும் இறைவனுக்கும் தமக்கும் உண்டாகிய நெருக்கத்தாலும், 'ஏற்றாய்' என்று சொல்லலானார்.

இனித் தாம் படும் வேதனையை விரிவாகச் சொல்கிறார்.

"இந்த நோய் கண்ணுக்குத் தோற்றவில்லை. மற்றவர் களுக்குத் தெரியாது. வயிற்றிலே வீக்கமோ புண்ணோ வெளிப் படையாக இல்லை. ஆனால் வயிற்றுக்குள்ளே புகுந்து கொண்டு அது படுத்துகிறபாடு சொல்லி முடியாது. என் குடலோடு பிணைந்து சுருட்டுகிறது; என்னை முடங்கும்படி செய்கிறது. அது அப்படிச் செய்யச் செய்ய என்னால் ஆற்ற முடியவில்லை அப்பனே!" என்று கூவுகிறார்.

தோற்றாது என் வயிற்றின் அகம்படியே
குடரோடு துடக்கி முடக்கியிட
ஆற்றேன் அடி யேன் அதி கைக்கெடில
வீரட்டா னத்துறை அம்மானே.

திருவதிகை என்னும் தலம் கெடில நதிக்கரையில் அமைந்திருக்கிறது. அதியமான் என்பது 'சேர மன்னர் குலத்தைச் சார்ந்த குடி ஒன்றிற் பிறந்தாருடைய பட்டப் பெயர்; அதிகமான் என்றும் அப்பெயர் வழங்கும். ஔவையாருக்கு நெல்லிக்கனி வழங்கிய அதிகமான் நெடுமான் அஞ்சி அந்தக் குலத்தில் உதித்தவன். அக்குலத்தில் உள்ளவர்களை அதிராஜர் என்று வடமொழியிலும் அதியரையர் என்று தமிழிலும் வழங்குவர். அக்குலத்தில் உதித்த ஒரு மன்னன் இத்தலத்திலுள்ள திருக்கோயிலைக் கட்டியமையின் அதியரையமங்கலம் அல்லது அதியரைய மங்கை என்ற திருப்பெயர் இதற்கு அமைந்தது; அதுவே மருவி அதிகை என்று ஆயிற்று.

இறைவனுடைய வீரச் செயல்களை நினைக்கச் செய்யும் தலங்கள் எட்டு, தமிழ் நாட்டில் உள்ளன. அவற்றை அட்டவீரட்டம் என்றும் கூறுவர். வீர ஸ்தானம் என்பது

வீரட்டானம் என்று தமிழில் திரிந்து, பின்பு வீரட்டம் என்றும் மாறியது. திருவதிகையில் இறைவன் திரிபுரம் எரித்த வீர விளையாட்டைப் புலப்படுத்தினனாதலின் இதுவும் வீரட்டத்திற் சேர்ந்ததாயிற்று. திருவதிகை வீரட்டம் என்று இதன் பெயர் வழங்கும். கெடில ஆற்றின் கரையில் இருப்பதால் திருவதிகைக் கெடில வீரட்டானம் என்று இதன் பெயர் நீண்டு ஒலிக்கும். அதியரைய மங்கையென்ற பெயருடையது, கெடில நதிக் கரையில் உள்ளது, வீரட்டத்தில் ஒன்று என்று மூன்று செய்திகளையும் அந்த நீண்ட திருநாமம் புலப்படுத்துகின்றது.

மருள்நீக்கியார் அதிகை வீரட்டானத்தில் உறைகின்ற ஐயனைப் பார்த்துக் கதறிய கதறல் தேவாரத்தில் நான்காம் திருமுறையில் முதற் பதிகமாக இருக்கிறது. அந்தப் பதிகத்தைப் பாடியதற்குமுன் மருணீக்கியாராக இருந்த அப்பெரியார் அதற்குப்பின் சூலை நோய் நீங்கித் திருநாவுக்கரசர் என்ற சிறப்புப் பெயரைப் பெற்றார். அப்பெயரே வடமொழியில் வாகீசர் என வழங்கும். சொல்லுக்குத் தலைவர் என்பது அதன் பொருள்.

கூற்றாயின வாறு விலக்ககலீர்;
கொடுமைபல செய்தன; நான் அறியேன்;
ஏற்றாய்அடிக் கே;இர வும்பகலும்
பிரியாது வணங்குவன் எப்பொழுதும்;
தோற்றாதுஎன் வயிற்றின் அகம்படியே
குடரோடு துடக்கி முடக்கியிட,
ஆற்றேன்அடி யேன்;அதி கைக்கெடில
வீரட்டா னத்துறை அம்மானே!

[திருவதிகையில் கெடில நதிக்கரையில் வீரட்டானத்தில் எழுந்தருளியிருக்கும் தலைவனே! கூற்றுவனாக இந்நோய் வந்திருப்பதை விலக்காமல் இருக்கிறீரே! நான் செய்தனவாகிய கொடுமைகள் பல உண்டு; நான் அவற்றின் பயனை முன்னம் அறியவில்லை. இப்போது நீ என்னை நின் திருவடிக்கண் அடிமையாக ஏற்றுக் கொண்டாய். இனி இரவும்

பகலும் நின்னைப் பிரியாமல் எப்போதும் வணங்குவேன். புறத்தே கண்ணுக்குத் தோற்றாமல் வயிற்றின் உள்ளிடத்தில் குடலோடு பிணைத்துக் கிடந்து, யாதொரு செயலும் செய்யவொட்டாமல் என்னை முடங்கிக் கிடக்கும்படி இது செய்யா நிற்க, இத்தகைய நோயை அடியேன் பொறுக்க மாட்டேன். இதனை நீ தீர்த்தருள வேண்டும்.

கூற்று - யமன். ஆயினவாறு - ஆனவண்ணத்தை. விலக்ககலீர் விலக்கீர். செய்தன கொடுமை பல. அடிக்கு ஏற்றாய்; என்றது திருவடி சம்பந்தமுடையதைச் சொன்னபடி; அடியைச் சார்வதனால் தான் அடியார் என்ற பெயர் அன்பர்களுக்கு அமைந்தது.

இதுகாறும் வெறும் நினைப்பளவிலே இருந்த நிலை மாறி இனி இரவும் பகலும் வணங்கும் செயலை மேற்கொள்வேன் என்றார். அகம்படி - உள்ளிடம். துடக்கி - பிணைத்து; கோத்துக் கொண்டு. முடக்கியிட - முடக்க; முடங்கச் செய்ய. அம்மான் - தலைவன்.)

அந்த விடியற்காலையியல் மருள்நீக்கியாருடைய வேதனைக்கும் விடிவுகாலம் நேர்ந்தது. அதற்கு முன் இரவும் பகலும் மாறி மாறி வந்தாலும் அவருக்கு இருளாகவே இருந்தன. அதற்குப்பின் இரவும் பகலும் பிரியாது வணங்கும் நெறியிலே ஈடுபட்டமையால் அவருக்கு ஒளி மிகுந்த பகலே எப்போதும் உளதாயிற்று. தளர்ச்சியாகிய இரவும் கிளர்ச்சியாகிய பகலும் மாறி, "இன்பமே எந்நாளும், துன்பமில்லை" என்ற நிலை கிடைத்தது. அத்தகைய ஒளி நிறைந்த வாழ்க்கைக்கு இன்று விடியல் நேரம். அந்த விடியற்காலையில் உதயமான குரல்தான், 'கூற்றாயினவாறு' எனத் தொடங்கிய திருப்பதிகம்.

ஆயிரம் பேரான்

தனக்கென்று உருவம் இல்லாதவன் இறைவன். ஆனாலும் அடியார்களுடைய தவத்துக்கும் அன்புக்கும் இரங்கி அவர் களுடைய கண்ணுக்கும் கருத்துக்கும் புலப்படும் திருவுருவங்களோடு எழுந்தருளும் ஆற்றல் அவனுக்கு உண்டு. நாமும் உருவத்தோடு வாழ்கிறோம்; வேறு வேறு உருவங்களை எடுக்கிறோம். அப்படி வேறு உருவத்தை எடுக்கும் செயலையே பிறப்பு என்கிறோம். இறைவனும் வேறு வேறு திருவுருவங்களை எடுத்து அன்பர்களுக்கு அருளினானென்று புராணங்கள் சொல்கின்றன. அப்படியானால் நாமும் அவனும் ஒரே நிலையில் இருப்பவர்கள் தாமா?

இருவரும் பல வேறு உருவங்கள் எடுப்பது உண்மையே என்றாலும் வேறுபாடு உண்டு. நாம் எடுக்கும் உருவங்கள் நம்முடைய வினைக்கு ஈடாய் இறைவனால் நமக்கு வரையறுத்து வழங்கப்படுவன. இறைவன் எடுக்கும் உருவங்கள் அருளின் வயப்பட்டுத் தானே மேற்கொள்பவை. இறைவனுடைய ஆணையின்படி அமைபவை நம்முடைய பிறவிகள். நாம் விரும்பும் இயல்போடு, நாம் விரும்பும் காலத்தில் நமக்கு உடலம் அமைவதில்லை. அப்படியானால் ஒவ்வொருவரும் பேராற்றலும் பேரழகும் தீர்க்காயுளும் உடையவராக இருப்போம். உறுப்புக் குறையே உலகில் இராது. நம் பிறப்பு நம் கையில் இல்லை. இறைவனோ சுதந்தரமுடையவனாதலின் ஏதேனும் ஒரு காரணத்தினால் தானே விரும்பி மேற்கொள்ளும் திருவுருவத்தோடு வந்து அருள் செய்கிறான். நம்முடைய உடம்பு ஐம்பொறிகளால் அலைக்கப்படும் நாற்ற உடலம். இறைவனோ திவ்ய மங்கள விக்கிரகங்களை உடையவன்.

அவன் நம்மைப்போலத் திருமேனியுடையவனாக இருந்தாலும் அவன் திருமேனியின் ஒவ்வோர் உறுப்பும் ஒவ்வொரு தத்துவத்தைக் குறிப்பதாக அமையும். நமக்குத் தலையுண்டு; இறைவனும் தலையுடையவனாக அடியார்களுக்குக் காட்சி கொடுக்கிறான். நம் தலை முடைத்தலை; அவன் திருமுடியோ சந்திரனும் கங்கையும் நிலவும் சடை இப்படியே வேறுபாடுகளைக் காணலாம்.

அவனுக்குச் சரீரம் இயற்கையானது என்றால் ஒரு சமயத்தில் ஒரு திருமேனியை உடையவனாக இருப்பான். அது அவனுக்கு இயற்றகையன்றாதலின் ஒரே சமயத்தில் பல சரீரமுடையவனாகவும் தோன்ற முடிகிறது. ஒரே சரீரத்தில் பலபல உறுப்புகளை உடையவனாகவும். அவன் தோன்றுகிறான்.

மனிதனுக்கு இரண்டு கால்களே உண்டு; விலங்கினங்களுக்கு நாலு கால்கள் இருக்கின்றன; சில பூச்சிகளுக்குப் பல கால்கள் உள்ளன. இறைவனுக்கு இத்தனை கால்கள் என்ற வரையறையுண்டா? இல்லை. அவன் எத்தனையோ கால்களை உடையவன். கணக்குக்கு அடங்காத கால்கள் அவனுக்கு உண்டு. சில சமயங்களில் கணக்கிட முடியாமல் இருக்கும் பொருளையும் ஒரு கணக்குக்கு உட்பட்டது போல ஆயிரம் என்று சொல்வது ஒரு வழக்கம். அப்படிச் சொல்வதனால் திட்டமாக ஆயிரம் என்று வரையறையாகக் கொள்ளக்கூடாது. "கூட்டத்துக்கு ஆயிரம் பேர் வந்திருந்தார்கள்" என்று சொன்னால் சரியானபடி கணக்கிட்டு ஆயிரமென்று தெளிந்து சொன்னதாகக் கொள்வோமா? பலபேர் என்பதையே ஆயிரம் என்று சொல்கிறார்கள். இப்படி வரும் எண்ணிக்கையை அநந்த வாசி என்று சொல்வது புலவர் மரபு. ஆகவே இறைவனுக்குப் பலபல கால்கள் உண்டு என்று சொல்வதையே, "ஆயிரங் கால்களை உடையவன்" என்று சொல்லலாம். "ஆயிரங் கண்ணினன், ஆயிரம் சேவடியான்'' என்று வேதமும் பேசுகிறது.

திருநாவுக்கரசர் இறைவன் தன் அருளினால் கொள்ளும் திருமேனி நலங்களை எண்ணிப் பார்க்கிறார். நமக்கு இரண்டே கால்கள் உள்ளன. ஒரு சமயத்தில் ஓரிடத்துக்குப் போக உதவுகின்றன. நமக்குக் கால்கள் இருந்தும் நாம் நினைத்தபடி நினைத்த இடத்துக்குப் பல சமயங்களில் போக முடியவில்லை. இறைவன் திருவுள்ளங் கொண்டானானால் ஒருகணத்தே எதையும் செய்ய வல்லவன். எத்தனை அடியார்களுடைய உள்ளத்தில் அவன் எழுந்தருளியிருக்கிறான்! ஒரே சமயத்தில் அத்தனை இடங்களில் எழுந்தருளுவதற்கு அவனுக்கு எத்தனை திருவடிகள் இருக்க வேண்டும்! ஒரு திருவுருவத்தில் மற்ற அங்கங்கள் பலவாக இருப்பதுண்டு; அடிகள் மாத்திரம் இரண்டுதான் இருக்கும். இராவணனுக்குப் பத்துத் தலை, இருபது கைகள்; ஆனால் இரண்டே கால்கள். இந்த வரையறைகூட இறைவனுக்கு இல்லை. அவன் திருமேனிகள் பல; திருவடிகளும் பல. இது யாரிடத்தும் காணாத வியப்பு அல்லவா? அதை முதலில் திருநாவுக்கரசர் சொல்கிறார்.

"ஆயிரம் தாமரை போலும் ஆயிரம் சேவடி யானும்."

அவனுடைய சிவந்த திருவடிகள் தாமரை போல இருக்கின்றன. தாமரை மென்மைக்கும் தண்மைக்கும் எழிலுக்கும் விரிவுக்கும் பொலிவுக்கும் வண்ணத்துக்கும் இருப்பிடம். இறைவனுடைய திருவடிக்கு அதனை உவமை கூறுவது மரபு. தமிழருடைய உவமையுலகத்தில் தாமரை மிக மிக உயர்ந்த பொருள்களுக்கு உவமையாக நிற்பது. வடமொழியிலும் அப்படித்தான். தாமரை என்றாலே பாரத மக்களுடைய கற்பனையில் பல பல நல்ல எண்ணங்கள் உண்டாகும். இறைவனுடைய திருவடி அடியார்களுடைய உள்ளத்தை மிதிக்கச் சேர்வது அன்று. அது மெத்தென்று பூப்போலச் சேரும். தலையிலே கனமுள்ள ஒன்றை வைத்தால் அதைப் பாரம் என்று சொல்வார்கள். ஆனால் பூவை வைத்தால் அதை அலங்காரம் என்று சொல்வார்கள். நம்முடைய உள்ளத்தில் உலகியல் நினைவுகளையும் பற்று முதலியவற்றையும் பாரமாக வைத்துக் கொண்டிருக்கிறோம்.

அவற்றை மாற்றி இறைவனுடைய திருத்தாளை வைத்துக் கொண்டால், பெரிய கல்லைச் சுமந்து கொண்டிருந்த தலையிலிருந்து அக்கல்லை எடுத்துவிட்டுப் பூவைச் சூட்டியது போலாகும். தாமரை தான் இருக்கும் இடத்துக்கு அழகும் மணமும் உயர்வும் தருவதுபோல, இறைவன் அடி சேர்ந்த மனம் கவலை நீங்கித் தூய்மை பெற்று ஓங்கி நிற்கும்.

***"தனக்குவமை யில்லாதான் தாள்சேர்ந்தார்க் கல்லால்
மனக்கவலை மாற்றல் அரிது"***

ஆயிரம் தாமரை போன்ற தாளையுடையவனாக இறைவனைத் தம் உள்ளத்திலே கண்ட அப்பருக்கு அவனுடைய அங்கங்கள் கண்கொள்ளாத அளவும் அழகும் உடையவையாக இருப்பதை எடுத்துச் சொல்ல வேண்டும் என்பது ஆசை. ஆனால் அப்படிச் சொல்வது இயலுங் காரியமா? அடி, நடு, முடி என்ற மூன்று பகுதிகளைப் பற்றிச் சொன்னாலே ஒருவாறு முற்றும் சொன்னதுபோன்ற நிலை உண்டாகும். இங்கும் இறைவனுடைய திருக்கோல விரிவைச் சொல்ல வரும் வாகீசர் முதலில் அடியைச் சொன்னார். பிறகு நடுவேயுள்ள திருக் கரங்களைச் சொல்கிறார்; தோள்கள் பல என்கிறார்.

இரண்டு தோள்களோடு நிற்கும் திருக்கோலம் இறைவனுக்கு உண்டு; நான்கு தோள்களோடு எழுந்தருள்வதும் உண்டு; எண்தோள் வீசி நின்று ஆடுகின்ற நிலையும் உடையவன் அவன்; ஐந்துமுகங் கொண்டபோது பத்துத் திண்டோள்களோடு காட்சி தருவான். அதற்கு மேலும் தோள்களைக் கொண்டவன் அவன்.

தான் திருவுள்ளத்தில் நினைந்த இடத்துக்குச் செல்லும் உரிமையும் ஆற்றலும் உடையவன் என்பது தோன்ற, "ஆயிரஞ் சேவடியான்" என்று சொன்னார் அப்பர். இறைவன் தான் நினைத்தபடியே செய்யும் ஆற்றலை உடையவன் என்பதையும் புலப்படுத்த அவன் ஆயிரம் தோள்களோடு விளங்குகிறான் என்கிறார். கையென்பது செயலைக் குறிக்கும்

அடையாளம். ஆற்றல் இல்லாதவனைக் கையால் ஆகாதவன் என்றும், செயலைச் செய்பவன், 'ஒரு கை பார்ப்பேன்' என்றும் கூறும் உலக வழக்குகள் இந்த உண்மையை விளக்குகின்றன. இறைவன் பல கரங்களை உடையான் என்பதும் பல செயல்களைச் செய்யும் ஆற்றலுடையவன் என்பதைப் புலப் படுத்துவதாகும்.

அவன் வண்ணம் பொன்வண்ணம்: அவன் தோள்கள் பொன்மலை போன்றன.

ஆயிரம் பொன்வரை போலும் ஆயிரம் தோளுடை யானும்.

இனி முடியைச் சொல்கிறார். எல்லாப் பொருள்களுக்கும் முடிவாக நிற்பது இறைவன் முடி. அவனுடைய இலக்கணங்களை ஆராய்ந்து சொல்பவர்கள் ஓரிடத்தில் நிறுத்துகிறார்கள். அந்த இடமே அவனுடைய முடி என்று கொள்ளலாகும். இதற்குமுன் பல பல சமயத்தினரும் தங்கள் தங்கள் ஆராய்ச்சிக்குத் தட்டுப்பட்ட வகையில் கடவுள் இலக்கணத்தைக் கூறிச் சென்றார்கள். இறைவனைப் பற்றி அவர்கள் வெவ்வேறாகக் கூறும் இலக்கணங்கள் அவ்வளவும் அவனுக்கு உரியனவே. அவை பலவாக இருக்கின்றன. இதையே அவன் தன் பல திருமுடிகளால் காட்டுகிறான். இறைவனைப்பற்றிய ஆராய்ச்சி முடிபுகள் பலவாக இருக்கின்றன; அவனுடைய திருமுடிகளும் பலவாக உள்ளன. இறைவன் திருமுடி பிற பொருள்களை விளக்கும் ஞாயிற்றைப்போல ஒளிவிட்டு விளங்குகின்றது. .

ஆயிரம் ஞாயிறு போலும் ஆயிரம் நீண்முடி யானும்.

உலகில் நாம் காணும் எந்தப் பொருளுக்கும் உருவம் இருக்கிறது; பெயரும் இருக்கிறது. பொறிகளாலும் அறிவாலும் உணரப்படும் நிலையையே உருவம் என்று சொல்கிறோம். கண்ணாலே காண்பது உருவம் என்பது பெரும்பான்மை வழக்கானாலும் பொறிகளால் உணரப்படும் நிலையையும் அப்படிச் சொல்வது உண்டு. காற்றுக்கு உருவம் உண்டு; அது கண்ணாலே காணப்படுவதன்று; மெய்யால்

உணரப்படுவது. கண்ணால் காண்பதை வடிவு என்றும் புலன்களால் உணர்வதைப் பொதுவாக உரு என்றும் கூறுவது மரபு. "அவர் பாடிய பாட்டு நல்ல உருவத்தையுடையது" என்றால், அந்த ஒலியமைப்பின் நிலையைக் குறிப்பதாகிறது; செவியால் உணரும் ஒலிக்கு உருவம் உண்டென்று அதனால் தெரிகிறது.

பொறிகளால் உணரப்படுவதைக் குணமென்றும் சொல்லலாம். குணமுடைய எதற்கும் ஒரு பெயரும் உண்டு. பெயரைக் குறி என்று சொல்வர். உருவம், பெயர் என்னும் இரண்டும் பொறிகளால் நுகர் பொருள்களுக்கு உண்டு; நாம ரூபம் என்று சொல்வது வடமொழி வழக்கு. இந்த இரட்டையையே கோலமும் குறியும் என்றும், குணமும் குறியும் என்றும் சொல்லலாம்.

இறைவனுடைய கோலங்களைச் சொன்ன அப்பர் அவற்றோடு தொடர்புடைய குறிகளைப் பற்றிச் சொல்கிறார். உருவமுடையவனாக இறைவன் எழுந்தருள்வான் என்றால், திருநாமமும் உடையவனாகிறான் என்பது சொல்லாமலே அமையும். குணமிலாக் கடவுள் குணமுடையான் போல வரும்போது குறியும் உடையவனாகிறான். உருவிலா இறைவன் உருவுடையவனாக எழுந்தருளும்போது பெயரும் உடையவனாகிறான்.

பல பல திருக்கோலங்களை உடையவனாகிய இறைவனுக்குத் திருநாமங்களும் பலவாக அமைந்திருத்தல் வியப்பன்று. அடிகளும் தோள்களும் முடிகளும் பல என்ற கருத்தோடே ஆயிரம் ஆயிரம் என்று சொன்னதுபோலவே, திருநாமங்களும் ஆயிரம் என்று சொல்கிறார் வாகீசர்.

ஆயிரம் பேர்உகந் தானும்.

அந்தத் திருநாமங்களை அவன் உகந்து மேற் கொண்டிருக்கிறான். அவன் தானே விரும்பிக் கொள்ளும் திருமேனியை உடையவன்; அப்படியே தானே உகந்து மேற்கொள்ளும் திருநாமங்களையும் உடையவன்.

பல திருநாமங்களை உடைய இறைவனுக்கு ஆயிரந் திருநாமங்களை வரையறையாகச் சொல்லி அருச்சித்தல் ஒரு மரபு. ஒவ்வொரு மூர்த்திக்கும் தனித்தனியே சகசிர நாமம் உண்டு. ஒரே மூர்த்திக்குப் பலவேறு சகசிர நாமங்கள் இருக்கின்றன. சில தலங்களில் உள்ள இறைவனுக்குச் சிறப்பாகச் சகசிர நாமங்கள் வழங்குகின்றன். ஒருவாறு அளவிட்டு வழங்கும் இந்தத் திருநாமங்களைக் கூட்டிக் கணக்கிட்டாலே இறைவன் பல்லாயிர நாமங்களை உடையவன் என்பது தெரியவரும். ஆனாலும் ஆயிரம் என்று சொல்வது வழக்காகி விட்டது. "பேராயிரமுடைய பெம்மான்" என்று அப்பர் வேறிடத்திலும் கூறுகிறார். தனக்கு எனக் கோலமும் குறியும் இல்லாத இறைவனைக் கோலமும் பெயரும் உடையவனாகக் கொண்டு வழிபடுவதனால் அவனுக்குப் புதிய பெருமை ஒன்றும் வரப் போவதில்லை; நமக்குத்தான் நன்மை.

"ஒருநாமம் ஒருருவம் ஒன்றும்இலார்க் காயிரம்
திருநாமம் பாடிநாம் தெள்ளேணம் கொட்டாமோ"

என்ற மணிவாசகப் பெருமான் பாடுகிறார்.

ஆயிரம் திருவடிகள் முதலியவற்றை உடைய இறைவன் கோலம் பெருந்திருக்கோலம். அந்தக் கோலத்தை எண்ணிப் பார்ப்பது எளிய செயலன்று. காதாலேயாவது கேட்கட்டும் என்று அப்பர் சொன்னார். கருத்திலே நினைந்து அகக்கண்ணால் காணும் நல்லருளுடையார் சிலர் இருக்கலாம். ஆனால் எல்லோரும் அந்தப் பேறுடையவர் ஆக முடியுமா?

'அவன் ஆயிரம் அடியும் ஆயிரம் தோளும் ஆயிரம் முடியும் ஆயிரம் பேரும் உடையவனாக இருந்தால் எனக்கு என்ன? அவை எனக்கு முன் தோன்றுமா? ஆயிரத்தையும் தரிசிக்க வகை இல்லையென்றால் ஒன்றையாவது காண வகை உண்டா?' என்று அப்பரைக் கேட்கலாம். அவர் அதற்கு விடை சொல்கிறார்.

குணம் குறி கடந்த இறைவன் குணங்குறி கலந்தவனாக அருளுடையாருக்குத் தோற்றுகிறான். அவர்களுடைய அகக் கண்ணினாலே அந்தத் திருக்கோலத்தைக் காணும்படி காட்சி தருகிறான். அவ்வளவு தூரம் இறங்கி வந்தவன் இன்னும் கீழே இறங்கிவர முடியாதா? ஆயிரம் காலுடையவன் இரண்டு காலுடன் வருவான். ஆயிரம் பேருடையவன் ஒரு திருநாமத்தோடு வருவான். எல்லையின்றிப் பரந்திருக்கும் கடலுக்குக் கரையில்லை. ஆனால் அதன் நீரை நம்மிடம் இருக்கும் சிறிய பாத்திரத்தில் கொண்டு வரலாம். கடல் நீர் முழுவதையும் கொண்டுவர இயலாது; ஆனால் நம் பாத்திரம் முழுவதும் நிரம்பியிருக்கும் வகையிலே கொணரலாம். அப்படியே இறைவனுடைய கோலங்கள் அத்தனையையும், நாம் உணர முடியாது. நம் ஆற்றலுக்கு ஏற்ற வகையில் எதையேனும் ஒன்றைக் கண்டு மன நிறைவு அடையலாம். இறைவன் நாம் புறக் கண்ணாலே தரிசித்துப் பேறு பெறும்படி திருக்கோயில்களில் விக்கிரக உருவத்தில் எழுந்தருளி இருக்கிறான். ஆயிரம் திருமுடிகள் முதலியவற்றை உடையவனாக இருப்பவன் எவனோ அவனே அந்த உருவத்திலும் இருக்கிறான். அதை நாம் காணலாம்.

தலந்தோறும் எழுந்தருளியிருக்கும் இறைவனுடைய அருள் திருமேனியை அப்பர் காட்ட விழைகிறார். ஒன்று சொன்னால் மற்றவையும் அத்தகையனவே என்று கண்டு கொள்ளலாம் அல்லவா? ஆகவே ஒன்றை உதாரணமாகச் சுட்டிக் காட்டுகிறார்; "முன்னே சொன்ன, பெருந்திருக் கோலமுடையவனே திருவாரூரில் எழுந்தருளியிருக்கிறான்" என்று சொல்கிறார்.

ஆரூர் அமர்ந்த அம்மானே.

திருவாரூரில் தியாகராஜப் பெருமான் எழுந்தருளியிருக்கிறார். அவர் அமர்ந்த திருக்கோலத்தில் விளங்குகிறார். அவர் நடனம் செய்தாலும் இருந்தபடியே செய்வார். அதனால் அப் பெருமானுக்கு 'இருந்தாடழகர்' என்ற திருநாமம் வழங்குகிறது. ஆதலின் ஆரூரில் இறைவன்

அமர்ந்திருக்கிறான் என்று சொல்கிறார் அப்பர். பக்குவமுடையவர்கள் காண அவர்கள் நெஞ்சத்தே ஆயிரம் சேவடிகள் முதலியவற்றோடு எழுந்தருளியிருக்கும் இறைவனே, பக்குவம் இல்லாருக்கும் அருள் செய்ய வேண்டி இப்படி அமர்ந்திருக்கிறான் என்று அவனுடைய கருணையை நினைப்பூட்டுகிறார் இப் பெரியார்.

ஆயிரம் தாமரை போலும்
ஆயிரம் சேவடி யானும்
ஆயிரம் பொன்வரை போலும்
ஆயிரம் தோளுடை யானும்
ஆயிரம் ஞாயிறு போலும்
ஆயிரம் நீள்முடி யானும்
ஆயிரம் பேர்உகந் தானும்
ஆரூர் அமர்ந்த அம்மானே.

(பொன்வரை - பொன் மலை. ஞாயிறு - சூரியன். நீள் முடி - உயர்ந்த முடி. எல்லாப் பொருளிலும் உயர்ந்து நிற்றலால் நீள் முடியாயிற்று. இறைவனுடைய இலக்கணங்களுக்கு முடிவு காண்போம் என்று புகுவோருக்கு அந்த முடிவே தட்டுப்படுவதில்லை. முடியைக் காண்போம் என்பவருக்கும் அது அவனுடைய தட்டுப்படாமல் நீண்டு செல்லும் முடி என்றும் பொருள் கூறலாம். உகந்தான் - விரும்பி மேற்கொண்டவன். அம்மான் - தலைவன்.)

திருவாரூர் சோழநாட்டில் காவிரிக்குத் தென் கரையில் உள்ள தலம். சப்தவிடங்கத் தலங்களில் ஒன்று. பஞ்சபூதத் தலங்களில் ஒன்றாகவும் கொள்வதுண்டு.

எப்போதும் இனியான்

தேவர்களுக்கெல்லாம் தலைவனாக இருப்பதனால் இறைவனுக்குத் தேவேசன், தேவாதி தேவன், தேவர்கள் தம்பிரான் என்ற திருநாமங்கள் வழங்குகின்றன. முற்பிறப்பிற் செய்த நல்வினைப் பயன்களை நுகர்பவர்கள் தேவர்கள்; எப்போதும் இன்புற்று வாழ்பவர்கள். இன்ப உலகமாகிய துறக்கத்தில் வாழும் குடிகள் அவர்கள்.

துன்பமும் வறுமையும் நோயும் உள்ள மக்களுக்குத் தம்முடைய குறைபாடு தெரியும். அவர்களுக்குள்ளும் செல்வம், கல்வி, ஆற்றல் மிகுதியாகி விட்டால், 'எனக்கு நிகர் இல்லை' என்ற செருக்கு வந்துவிடுகிறது. இன்ப வாழ்விலே வாழும் அமரர்களுக்குச் செருக்கு உண்டாவதற்குக் கேட்பானேன்? அந்தச் செருக்கை அடக்குவதற்காக அமரர்கள் அனைவருக்கும் சேர்த்து இன்னல் உண்டாகும்படி இறைவன் திருவுள்ளம் கொள்வான். அப்போது அசுரர்கள் எழுவார்கள்; தேவலோக வாழ்வுக்கு இடையூறு விளைவிப்பார்கள்.

மனிதனுக்கு வரும் இன்னல் சிறியது. எறும்புக்கு உடம்பிலே காயம் பட்டால் சிறியதாகவே இருக்கும். தேவர்களுக்கு வரும் துன்பம் பெரிதாக இருக்கும். செருக்கிலே ஆழ்ந்திருக்கும் அவர்களுக்கு அத்துன்பத்தைப் போக்கும் ஆற்றல் இல்லை. அப்போதுதான் தமக்கெல்லாம் பாதுகாப்பாக இறைவன் இருக்கிறான் என்ற எண்ணம் உண்டாகும். அவனிடம் ஓடுவார்கள்; காலில் விழுந்து கதறுவார்கள். இறைவன் அவர்களிடம் கருணை கொண்டு அவர்களுடைய இன்னலைப் போக்குவான். இப்படிப் பல முறை நிகழ்ந்ததுண்டு.

அநுபவத்தினாலே இறைவனுடைய அருமைப்பாட்டை உணர்ந்தவர்கள் அமரர்கள். அவர்கள். செருக்குற்ற காலத்தில் தாம் தாமே முதல்வர் என்று எண்ணிக் கொண்டிருந்தாலும், அசுரர்களால் அலைக்கப் பெற்று இன்னல் அடைந்தபின் தமக்கெல்லாம் முதல்வன் இறைவன் என்ற உணர்ச்சி அவர்களிடம் உதயமாகியது. இனியும் தம் வாழ்வுக்கு ஊறுபாடு நேரக்கூடாதே என்ற அச்சத்தால் இறைவனை வழிபடத் தொடங்கினார்கள். தமக்கு இறைவனுடைய துணை இருந்தால் தான் வாழலாம் என்ற எண்ணம் இருப்பதால் அடுத்தடுத்து வழிபடுகிறார்கள்.

அரும்பு மலரும் பருவத்தில் இருந்தால் அதைப் போது என்று சொல்வார்கள். அரும்பு முதிர்ந்தால் பேரரும்பு ஆகும்; அதுதான் போது. அது முதிர்ந்தால் மலரும்போது மலர் ஆகும். அரும்பு, போது, மலர் என்ற மூன்று நிலையையும்,

"காலை அரும்பிப் பகலெல்லாம் போதாகி
மாலை மலரும்இந் நோய்"

என்று திருவள்ளுவர் ஓரிடத்தில் அமைக்கிறார். இறைவனுடைய பூசைக்குப் பேரரும்பாகிய போதும் மலரும் உரியன. சிறிய அரும்பைக் கொய்து அருச்சனை செய்வதில்லை. கொய்வதற்குரிய பேரரும்பை அரும்பென்றும் கொய்யத் தகாத அரும்பைக் காயரும்பென்றும் சொல்வது உலக வழக்கு.

தேவர்கள் இறைவனைப் பூசிக்கிறார்கள். கையாலே பேரரும்பாகிய போதையும் மலரையும் தூவுகிறார்கள். அவனால் தமக்கு உண்டாகும் பயனை எண்ணி எண்ணி அவனை விரும்புகிறார்கள்; காதலிக்கிறார்கள். வானோர்கள் நாள்தோறும் இப்படி வணங்குகிறார்கள். மூன்று போதும் கைகூப்பித் தம்முடைய முடியைச் சாய்த்து வணங்கித் தொழுகிறார்கள். தன்னுடைய திருவடியின் கண்ணே முடி படிய வழிபட்டும் கைகுவித்து அஞ்சலி செய்தும் வானோர்கள் தொழாநிற்க, அவர்களுக்குத் துணையாக

நிற்கிறான் இறைவன். அப்படித் தொழும் அமரர்கள் தம் காலம் செல்லத் தாமும் செல்கிறார்கள். புதிய தேவர்கள் வருகிறார்கள். அவர்களும் இறைவனை முதல்வனாக உணர்ந்து கையில் உள்ள போதையும் மலரையும் தூவிக் காதலித்து, முப்போதும் முடிசாய்த்துத் தொழுகிறார்கள். இவ்வாறு தேவர்கள் வருகிறார்கள்; போகிறார்கள். ஆனால் அவர்களுடைய முதல்வனாகிய இறைவன் எப்போதும் தளர்ச்சியின்றி, போக்கின்றி, வரவின்றி, இறப்பின்றி, பிறப்பின்றி நிற்கிறான்.

கைப்போது மலர்தூவிக் காதலித்து வானோர்கள்
முப்போதும் முடிசாய்த்துத் தொழ, நின்ற முதல்வனை.

[வானவர்கள் கையிலுள்ள பேரரும்பையும் மலரையும் தூவி விரும்பி மூன்று பொழுதும் தம் முடியைச் சாய்த்து, கையால் தொழ, சலனமின்றி ஒரு படித்தாக நின்ற தலைவனை.

'முதல்வனை என் மனத்தே வைத்தேனே' என்று சொல்ல வருகிறார்.

போது - பேரரும்பு. காதலித்து - விரும்பி. முடிசாய்த்தல் காலில் முடிபடிய வணங்குதல். தொழுதல்- கைகூப்பித் தொழுதல். திருவடியில் வீழ்ந்து எழுபவர், பின்பு கையால் தொழுதல் வழக்கம். நின்ற - நிலையாக நின்ற.]

அப்பர் சுவாமிகளும் அந்த முதல்வனை வழிபட்டார். ஆனால் தேவர்கள் வழிபட்டதற்கும் அவர் வழிபட்டதற்கும் வேறுபாடு உண்டு. தேவர்கள் ஒரு பயன் கருதி இறைவனை வழிபட்டார்கள். திருநாவுக்கரசரோ, 'கூடும் அன்பினில் கும்பிட லேயன்றி, 'வீடும் வேண்டா விறல்' உடையவராதலின் அவனை வழிபடுவதனையே இன்பமாகக் காண்பவர். அவர் தாம் வழிபடும் வண்ணத்தைச் சொல்கிறார்.

தேவர்கள் மலர் தூவி வழிபட்டார்கள். நாவுக்கரசரும் மலர் தூவினார். அதற்கு முன் இறைவனுக்கு நீராட்டினார். அபிடேகம் செய்து அருச்சனை செய்வது மரபாதலின் புனல்

தூவிப் பிறகு பூவும் தூவினார். தேவர்களும் அப்படிச் செய்வதுண்டு. ஆனால் அவர்கள் தம்முடைய சுகவாழ்வுக்குக் கேடு நேராவண்ணம் இறைவன் துணையாக இருக்க வேண்டும் என்ற எண்ணத்தால் பூசை செய்தார்கள். தம் வாழ்க்கையில் தம் பொறிகளால் பெறும் இன்பம் நிரம்ப வேண்டும் என்பது அவர்கள் நோக்கம். 'கற்பதரு நீழலின் தண்மையை இடையூறின்றி நுகரவேண்டும். காமதேனுவினால் பெறும் பண்டங்களைக் குறைவின்றிப் பெறவேண்டும். அரம்பையரால் வரும் இன்பம் முழுமையாக இருக்கவேண்டும்' என்று தம்முடைய புலன்களின் நுகர்ச்சியில் சிறிதும் குறைவு வராமல் நிரம்புவதை வேண்டியே அவர்கள் வழிபட்டார்கள். அப்பர் சுவாமிகளோ, ஐம்பொறியையும் அடக்கினார்; இறைவனுடைய தொடர்பில்லாத பொருள்களிலே செல்லாமல் ஒடுக்கினார். அவை அவருடைய தவச் சிறப்பால் அகத்தே அடங்கின. விரிப்பதையே தங்கள் தொழிலாக உடைய தேவர்களுக்கு மாறாகச் சுருக்குவதையே தம்முடைய தவமாகக் கொண்ட பெரியார் அப்பர்.

அதுமட்டுமா? தேவர்கள் இறைவனைக் கும்பிடுவதற்குக் காரணம், பகைவர்களால் தமக்கு இடையூறு நேருங்கால் அவன் துணையாவான் என்பதுதான். ஆகவே அவர்களுடைய மனத்தின் ஆழத்தில் வேரூன்றி இருப்பது தம் போகங்களில் உள்ள இச்சை; அதற்கு மேலே இருப்பது அப்போகத்துக்கு இடையூறுகளை உண்டாக்கும் பகைவர்களிடம் உள்ள அச்சம்; அதற்கு மேல்தான் இறைவனிடம் விருப்பம் இருக்கிறது. அச்சமும் விருப்பமும் மேற்பரப்பில் உள்ளவை; எந்தக் கணத்திலும் போய்விடும். உடம்பில் அணிந்த சட்டையைப் போல அவற்றை அவர்கள் கழற்றிவிடும் நேரமும் உண்டு. ஆனால் செல்லுமிடங்களிலெல்லாம் உடம்பு நீங்காது வருவது போல, தேவர்களின் உள்ளத்தில் எப்போதும் இடம் கொண்டிருப்பது போக இச்சை.

அப்பர் உள்ளத்தே என்ன இருக்கிறது? ஐம்புலன்களையும் அகத்தே அடக்கினவர் அவர். ஆதலின் அவருக்குப்

போகத்திலே நாட்டம் இல்லை. அவர் இறைவனிடத்தே வைத்த அன்பு தூய அன்பு. அவருடைய உள்ளத்தே வேறு ஒன்றும் இல்லை; இறைவன்தான் இருக்கிறான். ஐம்புலன்களையும் போக நுகர்ச்சியிலே விரியவைத்து, உள்ளத்தே அப்போகத்தின்மேல் ச்சையை வைத்து, அந்தப் போகத்துக்கு இடையூறு வாராமல் அவன் பாதுகாப்பான் என்ற நினைவினால் வழிபடும் வானோர்களுக்கு இறைவன் எப்போதும் நன்மை செய்வதில்லை. அவர்களுக்குத் தண்டனையும் தருகிறான்.

ஆனால் ஐம்புலனை அகத்தடக்கிப் போகத்தின்பால் எள்ளளவும் நாட்டமின்றித் தம் உள்ளத்தே இறைவனையன்றிப் பிற பொருளை வைக்காமல் வழிபடும் அடியவர்களுக்கு அவன் எப்போதும் இன்பத்தைத் தருகிறான். அவனையே உள்ளத்தில் வைத்தமையால் எப்போதும் இனியானாக இருக்கிறான். கற்கண்டுக் கட்டியை வாயிலே அடக்கிக் கொண்டவனுக்கு வாய் எப்போதும் இனிக்குமாறு போல, இறைவனை மனத்தே வைத்தவர்களுக்கு அவன் எப்போதும் இனிக்கிறான். தேவர்களோ கையால் மலர் தூவினாலும் அவனைக் கருத்தின் ஆழத்தில் வைப்பதில்லை.

உலகத்தாரிற் பலர் இறைவன் அருள் செய்யவில்லை என்று சொல்வதுண்டு. "நான் அவனையே நினைந்திருக்கிறேன். அவன் இன்னும் எனக்கு அருள் புரியவில்லை" என்று சொல்கிறவர்கள் இருக்கிறார்கள். நோய்வாய்ப் பட்டவன் சர்க்கரையை வாயிற் போட்டால் கசக்கிறதென்று சொல்வான். அதற்குச் சர்க்கரை காரணமன்று; அவன் நோயே காரணம். ஐம்புலனை அடக்காமல் இறைவனை மனத்தே வைத்ததாகச் சொல்கிறவர்களுக்கு அவன் எப்போதும் இனியனாக இராததற்குக் காரணம், அவர்களுக்குப் புலன் நுகர்ச்சியிலே நாட்டம் இருப்பதுதான்.

இறைவனைத் தலை மேலும் தோள் மேலும் வைத்துப் பயன் இல்லை. மனத்தகத்தே வைக்க வேண்டும். கற்கண்டைக் கையில் வைத்துக்கொண்டால் இனிக்காது. வாயிலே

போட்டுச் சுவைக்க வேண்டும். கையால் எடுத்து வாயிலே போடுவது போல, அப்பும் (நீரும்) மலரும் தூவிப் புற உறுப்புக்களால் வழிபட்டு, உள்ளத்தே வைக்க வேண்டும். ஐம்புலனையும் அடக்கி, உள்ளத்தே வைத்தால் அவன் எப்போதும் இனியனாக இருப்பான். நோயில்லாதவன் வாயில் கற்கண்டை அடக்கிக் கொண்டால் அதன் இனிப்பை நுகர்வது போல அப்பர் இறைவனை எப்போதும் இனியனாகக் கண்டார். தேவர்கள் தங்கள் முதல்வனாகக் கண்டார்கள்; அப்பரோ எப்போதும் இனியனாகக் கண்டார்.

**கைப்போது மலர்தூவிக் காதலித்து வானோர்கள்
முப்போதும் முடிசாய்த்துத் தொழநின்ற முதல்வனை,
அப்போடு மலர்தூவி ஐம்புலனும் அகத்தடக்கி எப்போதும்
இனியானை என்மனத்தே வைத்தேனே.**

[பின் இரண்டடி: எப்போதும் இனியவனை நீரோடு மலரைத் தூவி ஐம்பொறிகளையும் நுகர் பொருள்களின் மேற் சாராமல் அகத்தே அடக்கி என் உள்ளத்துள்ளே வைத்தேன்.

அப்பு - நீர். புலன் என்பது இங்கே பொறியை உணர்த்தியது; ஆகுபெயர். அகத்து அடக்கி - புறம்போந்து நுகர் பொருள்களின்மேற் பாயாமல் உள்ளே செயலின்றி நிற்கும்படி செய்து. உடம்பு உள்ளவரைக்கும் பொறிகள் அழியாமையின் அவற்றை அடக்கியதாகச் சொன்னார்.

முதல்வனை, இனியானை மனத்தே வைத்தேன் என்று கூட்டுக. முதல்வனை, எப்போதும் இனியானை என இரண்டையும் ஒருங்கே சொன்னால் தேவர்களுக்கும் எப்போதும் இனியான் என்ற பொருள் கொள்ளக் கிடக்குமாதலின் அதனை வேறு பிரித்துச் சொன்னார்.]

இது நான்காந் திருமுறை ஏழாம் பதிகத்தின் மூன்றாம் பாட்டு.

கற்பனைக் காட்சி

சிவபெருமானுடைய திருமேனியிலே பொருந்திக் கிடக்கும் பொருள்கள் பல. அவற்றை நினைக்கும்போது அன்பர்களுக்குச் சில கற்பனைக் காட்சிகளும் தோன்றுவதுண்டு. திருநாவுக்கரசர் இப்படிக் காட்டும் கற்பனை நிகழ்ச்சிகள் பல.

புலவர்கள் தாம் இயற்றும் காவியங்களில் கற்பனைக் காட்சிகளைப் புனைந்து கூறுவது வழக்கம். குறிஞ்சி முதலிய திணை வருணனைகளை அமைக்கும்போது அங்குள்ள பொருள்களைக் கொண்டு சில நிகழ்ச்சிகளைக் கற்பனை செய்து காட்டுவார்கள். திருநாவுக்கரசர் தம் பெயருக்கு ஏற்ப நாவன்மை உடையவர். அவர் தம் புலமை முழுவதையும் இறைவனுக்கே அர்ப்பணம் செய்தவர். அவருடைய கருத்தும் கனவும், கற்பனையும் விற்பனமும் இறைவனைப் பற்றியே அமைந்திருக்கும். இறைவனைப் பல படியாகப் பாடித் துதித்த பாவாணர் அவர். இறைவனுடைய திருக்கோல வருணனையையும், அவனுடைய திருவிளையாடற் சிறப்பையும், அவனுடைய அருளின் உயர்வையும், அவனுடைய ஆற்றலின் மிகுதியையும் எடுத்து உரைப்பார். தாம் நெறி மாறி நடந்தபோது தம்மைத் தடுத்து ஆட்கொண்டதையும், இறைவனருளால் தாம் பெற்ற இன்பநலத்தையும் கூறுவார். மக்களை நோக்கி, இன்னவாறு அவனைப் பணிந்து ஒழுகவேண்டும் என்று அறிவுறுத்துவார். கற்பனையால் இறைவன்பால் நிகழ்வனவாகச் சில நிகழ்ச்சிகளைப் புனைந்து கூறுவார். அத்தகைய கற்பனைகளில் ஒன்று வருமாறு:

இறைவன் எல்லோரையும்போல மணிகளாலும் பொன்னாலும் ஆகிய அணிகளை அணியவில்லை. பிறர் கண்டால் அஞ்சும் என்பையும் பாம்பையும் அணிந்திருக்கிறான். அவன் திருக்கையில் இருப்பதோ கபாலம்; அதனை நகுதலை என்று சொல்வார்கள். மகளிருக்கு எளிதில் ஒன்றைக் கண்டு அஞ்சுவது இயல்பு. பாம்பென்றால் படையும் நடுங்குமானால் ஒரு பெண் அஞ்சுவதைச் சொல்லவும் வேண்டுமோ? இறைவன் திருமுடியிலே அது சும்மா கிடந்தால் அதைக் கண்டு அச்சம் உண்டாகாது. அது அசைந்தது; படம் எடுத்து ஆடியது. அதைக் கண்டவுடன் எம்பெருமான் முடியில் இருந்த கங்கையாகிய அரிவை அஞ்சினாள்; பேதுற்றாள்; சற்றே நகர்ந்தாள்.

கங்கையின் உருவத்தைப் பாம்பு பார்த்தது. அவள் தன்னைக் கண்டு அஞ்சி நகர்ந்ததை அது உணரவில்லை. இப்போது அதற்கு அச்சம் எழுந்தது. அவள் கூந்தலும் அசைவும் கண்டு மயில் என்று எண்ணிவிட்டது. பாம்புக்கு மயில் பகையல்லவா? ஆகவே அரிவை பேதுற்று நகர்ந்த போது அது அஞ்சியது; மயிலென்றெண்ணி ஐயுற்று அஞ்சியது. பாம்பு ஐயுற்று நடுங்கித் துள்ளவே அதனைக் கண்டது, இறைவன் திருமுடியிலே உள்ள பிறை. சந்திரனுக்கும் பாம்புக்கும் பகை. ஆதலின் நீர் கிடக்கும் சடை மிசை இருந்த திங்கள், "பாம்பு இப்படித் துள்ளுகிறதே! நம்மைத் தீண்டுமோ!" என்று ஏங்கியது. இந்த மூன்று நிகழ்ச்சிகளையும் பார்த்தால் யாருக்கும் சிரிப்பு வரும் அல்லவா? இறைவன் கையில் இருக்கும் கபாலம் பல்லைக் காட்டிக் கொண்டிருக்கிறது. இயற்கையாகவே அது அப்படி இருந்தாலும், இப்போது மேலே சொன்ன காட்சிகளைக் கண்டு சிரிப்பது போல இருந்தது.

குழந்தைகள் எதையாவது பார்த்துக் காரணமின்றி அஞ்சி நடுங்குவதைக் கண்டு சிலர் நகைப்பதுண்டு. இறைவன் திருமேனியிலே சேர்ந்த பிறகு பகைமை இன்றி வாழும் வாழ்வு பாம்புக்கும் திங்களுக்கும் கிடைத்திருக்கிறது. அப்படி இருக்க, அதனை மறந்து பழைய வாசனையின் விளைவாக

அவை அஞ்சுகின்றன. அவற்றின் பேதைமை கண்டு சிரிப்பதுபோல இறைவன் கையில் நகுதலை விளங்குகிறது.

இந்தக் கற்பனைக் காட்சியைத் திருநாவுக்கரசர் பாடுகிறார்.

கிடந்தபாம்பு அருகுகண்டு அரிவை பேதுறக்
கிடந்தபாம்பு அவளைஓர் மயில்என்று ஐயுறக்
கிடந்தநீர்ச் சடைமிசைப் பிறையும் ஏங்கவே
கிடந்துதான் நகுதலைக் கெடில வாணரே.

[திருமுடியிலே கிடந்த பாம்பைத் தன் அருகிலே கண்ட கங்கையாகிய மங்கை மயங்க, அந்தப் பாம்பு அவளை ஒரு மயிலென்று ஐயுற்று நடுங்க, நீர்கிடந்த சடையிலிருக்கும் பிறை பாம்பைக் கண்டு ஏங்க, இவற்றையெல்லாம் கண்டு திருக்கரத்திலே கிடந்த நகுகின்ற தலையையுடைய திருக்கெடில வீரட்டானத்தில் வாழும் இறைவர் இருந்தவாறு என்னே!

கிடந்த - முன்பு அசையாது கிடந்த. அருகு கண்டு - அசைந்து தன் அருகில் வரக் கண்டு. அரிவை - பெண்; இங்கே கங்கை, திருமேனியிலே உள்ள பாம்பைக் கண்டு இறைவி அஞ்சியதாகப் பொருள் கொள்ளலாம்; அது அவ்வளவு சிறப்புடையதன்று. பேதுற - மயங்க. ஐயுற - ஐயம் அடைய; ஐயுற்று நடுங்க என்று கொள்ளவேண்டும். நீரையுடைய சடை. ஏங்க அச்சத்தால் ஏங்க. தான் கிடந்து நகும் தலை. நகுதலை - ஊன் கழிந்த தலை; கபாலம்; திருக்கரத்தில் இருப்பது. மாலையாக அணிந்த தலையென்றும் சொல்லலாம். கெடிலம் என்றது திருவதிகைக் கெடில வீரட்டானத்தை. தரும புத்திரனைத் தருமன் என்றும் வீமசேனனை வீமனென்றும் முழுப் பெயரின் ஒரு பகுதியைச் சொல்வது போன்றது இது. இதனை நாமைகதேச நாமக்கிரகணம் என்று வடமொழியாளர் கூறுவர். வாழ்நர் என்பது வாணரென வந்தது.

பேதுற, ஐயுற, ஏங்க, நகும் தலை என்று கூட்டவேண்டும். நகுதலையையுடைய கெடிலவாணர் இருந்தவாறு என்னே

என்று சில சொற்களை வருவித்துப் பொருளுரைக்க வேண்டும். அறியாமையால் அஞ்சுகின்றவற்றை அணிந்திருக்கும் அவர் கோலத்தைக் கண்ட வியப்பினால் தாம் சொல்வதை முற்றும் கூறி முடிக்க முடியாமல், "கெடில வாணரே!" என்று நிறுத்தினார். 'கெடிலவாணர் இருந்தபடி என்ன வியப்பு' என்று வேண்டிய சொற்களைப் பெய்து பொருள் கொள்ளவேண்டும். இதை இசையெச்சம் என்று சொல்வார்கள். இந்தப் பதிகத்தின் பத்துப் பாடல்களும் இப்படியே முடிகின்றன.]

இது பத்தாம் பதிகத்தின் எட்டாம் பாட்டு.

என்ன குறை?

மனிதனுக்கும் விலங்குக்கும் உடம்பும் அவ் வுடம்பில் உறுப்புகளும் இருக்கின்றன. அவற்றைக் கொண்டு மனிதன் ஓடுகிறான்; ஆடுகிறான்; உழைக்கிறான்; தழைக்கிறான். விலங்குகளும் திரிகின்றன; உண்ணுகின்றன. அன்றன்று கிடைப்பவற்றை உண்ணுவதே பெரும்பாலான விலங்குகளுக்கு இயல்பு; நாளைக்கு வேண்டுமென்றோ அடுத்த ஆண்டுக்கு வேண்டுமென்றோ சேமித்து வைப்பதில்லை. அப்படிச் சேமித்து வைக்கவேண்டும் என்ற அறிவே அவற்றிற்கு இருப்பதில்லை.

மனிதன் ஆறறிவுடையவனாதலின் அன்றன்று எல்லாவற்றையும் தேடிக் கொண்டிருப்பதில்லை. பிச்சைக் காரனாக இருந்தாலும் சில நாட்களுக்கு உதவும் ஆடையை அணிந்திருக்கிறான். பல நாட்களுக்கு வரும் பல பொருளைச் சேமித்து வைப்பவர்களைச் செல்வர்கள் என்று நாம் சொல்கிறோம்.

வருங்காலத்துக்கும் உதவும் என்று தனக்கு வேண்டிய பண்டங்களைச் சேமித்து வைக்கும் மனிதன், பின்னும் தன் அறிவினாலே ஒரு காரியத்தைச் செய்கிறான். எறும்பும் முயன்று மழைக்காலத்திற்கு முன் அரிசியைச் சேமித்து வைக்கிறது; மனிதனும் பண்டங்களைக் கூட்டி வைக்கிறான் என்றால் அவனுக்குப் பெருமை இல்லை. அவனிடம் வேறு ஒரு சிறப்பு இருக்கிறது.

மனிதனுக்கு வேண்டிய பண்டங்களை யெல்லாம் ஒருமிக்க வாங்கி வைத்துக்கொள்ள முடியாது; அவற்றை வைக்க வீட்டில் முதலில் இடம் இராது. வாங்கி வைத்தாலும் அவை நாளடைவில் கெட்டுவிடும். ஆண்டுக்கு ஒரு முறை அரிசி

முதலியவற்றை வாங்கி வைத்துக்கொள்ளுகிறான்; மாதத்துக்கு ஒருமுறை எண்ணெய் முதலிய பொருள்களை வாங்கிச் சேமிக்கிறான்; வாரத்துக்கு ஒரு முறை கிழங்கு முதலியவற்றை வாங்குகிறான்; தினந்தோறும் பாலும் காய்கறியும் வாங்குகிறான்; சில ஆண்டுகள் பயன்படுத்தும் பாத்திரங்களும் பல ஆண்டுகளுக்கு உதவும் அணிகளும் அவனிடம் இருக்கின்றன.

ஆகவே அவன் எல்லாப் பண்டங்களையும் ஒரேயடியாகக் குவித்துக் கொள்வதில்லை. ஆனால் ஒன்றை மட்டும் எப்போதும் ஈட்ட முயல்கிறான். அதனை எத்தனை காலமானாலும் வைத்துக் கொள்ளலாம். எல்லாப் பண்டங்களையும் அதைக் கொண்டு எந்தச் சமயத்திலும் பெறலாம். அது என்ன? அதுதான் செல்வம். செல்வம் படைத்தவன் தனக்கு அவ்வப்போது வேண்டும் பண்டங்களை வாங்கிக் கொள்ள முடியும். ஏதேனும் புதிய இடத்துக்குச் செல்லும் போது தனக்கு வேண்டிய பண்டங்கள் அத்தனையையும் அவன் தூக்கிக்கொண்டு செல்ல முடியாது; ஆனால் கையில் பணம் இருந்தால் எங்கே போனாலும் வேண்டியவற்றை வாங்கிக்கொள்ளலாம்.

ஆதலின் மனிதன் பணத்தை ஈட்டுவதில் நாட்டமாக இருக்கிறான். செல்வம் ஈட்டுவது மனிதனுக்கே உரிய செயல். அது விலங்கினிடம் இல்லை. பணம் படைத்தவனுக்கு என்ன பண்டம் வேண்டுமானாலும் கிடைக்கிறது. அவனுக்கு வாழ்க்கைக்குரிய வசதிகளில் குறை உண்டாவதில்லை.

எத்தனை செல்வத்தை ஈட்டினாலும் அது வர வரக் குறைந்துகொண்டே வரும். அதனால் பெரிய செல்வர்கள்கூட மேலும் மேலும் செல்வத்தை ஈட்டிக் கொண்டே இருக்கிறார்கள். தம்முடைய செல்வம் எவ்வளவு மிகுதியாக இருந்தாலும் அதற்கு எல்லையுண்டென்று அறிந்து, அந்த எல்லையைக் காணும் காலம் வந்தால் என்ன செய்வது என்று அஞ்சி, மேலும் மேலும் நிரப்புகிறார்கள். இந்தக் காரணத்தால் செல்வ முடையவர்களும், தம் செல்வத்தின் மிகுதியை

நினையாமல் அது செலவாகிவிடும் காலம் ஒன்று வருமே என்ற குறையுடையவர்களாக இருக்கிறார்கள். உண்மையில் எத்தனைக்கு எத்தனை மிகுதியாகச் செல்வத்தைப் படைத்திருக்கிறார்களோ, அத்தனைக்கு அத்தனை மிகுதியாக அவர்களுடைய குறைகளும் இருக்கின்றன. எடுக்க எடுக்கக் குறையாக நிதி ஒன்று அவர்களுக்குக் கிடைக்குமானால் அவர்கள் அஞ்சமாட்டார்கள்;

"எமக்கு ஒரு குறையும் இல்லை" என்று கூறுவார்கள். ஆனால் அப்படிக் குறைவிலாத நிதி அவர்களுக்குக் கிடைப்பது இல்லையே!

அப்பர் தமக்குக் குறைவிலா நிறைவாகிய பொருள் கிடைத்து விட்டது என்கிறார். அது கிடைத்துவிட்ட பெருமிதத்தால், "என்ன குறையுடையேன்?" என்று மகிழ்ச்சி கூர்கிறார். ஆம்; இறைவனுடைய பொறக்கழல் அவருக்குக் கிடைத்து விட்டது. பொன்னாலாகிய கழலை அணிந்த திருவடியைப் பொறக்கழல் என்பார்கள். அப்பர் இறைவன் திருவடியைத் தமக்குரியதாக்கிக் கொண்டதை, பொறக்கழலைப் பெற்றதாகச் சொல்கிறார். எல்லாப் பண்டங்களையும் எவ்விடத்திலும் எக் காலத்திலும் வாங்க நாணயங்கள் உதவுவதில்லை. பொன்னாக இருந்தால் அதை எந்த இடத்திலும் மாற்றிக்கொள்ளலாம். பொறக்கழல் என்ற தொடர் கூட, எவ்விடத்திலும் எச் சமயத்தி லும் பயன்படும் பொன்னைப் போன்ற திருவடி என்று நினைக்கும்படியாகவும் அமைந்திருக்கிறது.

அந்தப் பொறக்கழல் புதிதாக உண்டாகவில்லை. எப்போதும் உள்ளதுதான். எங்கோ ஆயிரம் பொன் புதையலாக இருந்தால் அதனால் நமக்கு என்ன பயன்? அப்பொருள் நம் கையில் இருக்க வேண்டும்; அப்போதுதான் நம் குறைகள் நீங்கும். நமக்கு உரியதாக இருந்து எப்போது வேண்டுமா னாலும் பயன்படுத்தும் படி இருப்பதால் பொருளைக் கைப் பொருள் என்று சொல்லும் வழக்கம் இருக்கிறது. "இதோ என் கையில் காசு இருக்கிறது. என் பெட்டி நிறையப் பொருள் இருக்கிறது.

என்ன வேண்டுமானாலும் வாங்கிக் கொள்ளலாம்" என்று கூறுபவனுடைய தைரியம் மற்றவர்களுக்கு வராது.

அப்பர் சுவாமிகள் பொற்கழலை எங்கோ பார்த்துவிட்டு, "இது நமக்கு உரியது" என்று எண்ணவில்லை. "இதோ என் வீட்டுக்குள் வைத்திருக்கிறேன்" என்று சொல்வாரைப் போல, "பொற்கழல் ஈங்கு இருக்கப்பெற்றேன்" எனகிறார். ஈங்கு என்று தம் உள்ளத்தையே சுட்டுகிறார். “என் மனத்தில் இறைவன் பொற்கழல் இருக்கிறது. அதனால் எனக்கு வேண்டியன அனைத்தும் கிடைக்கும். ஒரு குறையும் இல்லை" என்று பெருமையோடு சொல்லிக் கொள்கிறார். இறைவனைப் பார்த்தே சொல்கிறார். “என்புண்ணியப் பயனெல்லாம் திரண்டு ஒருருவாக வந்த பரம்பொருளே! தூயவனே! உன் பொற்கழல் ஈங்கு என் மனத்தே இருக்கப் பெற்றேன்; ஆதலின், என்ன குறையுடையேன்?" என்று பாடுகிறார்.

......புண்ணியா! புனிதா! உன் பொற்கழல்
ஈங்குஇருக் கப்பெற்றேன்; என்னகுறை உடையேன்?

"அவன் லட்ச லட்சமாகப் பணம் சேர்த்து வைத்திருக்கிறான். அவனுக்குக் குறைச்சல் என்ன?" என்று ஒருவர் ஒரு செல்வரைப் பற்றிச் சொன்னால், கேட்பவர், "எப்படி அப்பா அவ்வளவு பணம் சேர்த்தான்?” என்று கேட்கிறார். அவர் சேர்த்த முறையை அறிந்து தாமும் அப்படிச் சேர்க்கலாம் என்ற ஆசை அவருக்கு. பணத்தைச் சேர்க்கும் முறைகள் எல்லோருக்கும் தெரிவதில்லை.உலகத்தில் பலருக்கு இன்னும் இரகசியமாகவே இருக்கின்றன. செல்வர்களை அணுகி, “நீங்கள் எப்படிப் பணம் சேர்த்தீர்கள்?” என்று கேட்டால், "பாடுபட்டுச் சேர்த்தோம்" என்று சொல்வார்கள். அதற்குமேல் பொருள் சேர்க்கும் நுணுக்கங்களைச் சொல்வது அரிது.

"நீங்கள் எப்படி இறைவனுடைய பொற்கழலை உங்கள் அகத்திற்குள் வந்து இருக்கும்படி செய்தீர்கள்?" என்று அப்பர்

சுவாமிகளைக் கேட்டுப் பார்க்கலாம். அந்த அருட் செல்வர் ஒளிவு மறைவு இன்றிச் சொல்கிறவர்; தாம் பெற்ற செல்வத்தை எல்லோரும் பெறவேண்டும் என்று விரும்பும் பெரியார். அவர் சொல்கிறார். அதையும் இறைவனைப் பார்த்துச் சொல்வது போலச் சொல்கிறார்.

"உன் கழல் கிடைக்காது என்றல்லவா நினைத்தேன்? அது உண்மையாக அன்புடன் நாடுவாருக்குக் கிடைக்கத் தக்கதாக இருப்பதை முன்பு உணரவில்லை. அது மென்மையான கழல்; பூங்கழல்; தாமரை மலரைப் போன்ற திருவடி. அதை நான் தொழுதேன்; வாயால் புகழ் கூறிப் பரவினேன். அப்படிப் பலகால் செய்ததனால் நான் பெற்ற பேறு என்னே! புண்ணியா! புனிதா! அக் கழலை நான் தேடித் தேடி அலைந்த நிலை மாறி அது இங்கே, என் உள்ளத்தே, இருக்கும் பாக்கியம் எனக்குக் கிடைத்தது" என்கிறார்.

பூங்கழல்தொழு தும்பரவியும்
புண்ணியா! புனி தா! உன்பொற்கழல்
ஈங்கிருக்கப் பெற்றேன்;
என்ன குறையுடையேன்?

இறைவனுடைய திருவடித் தியானத்தை எப்போதும் செய்பவர்களுக்கு எந்தவிதமான குறையும் வராது. ஆனால் எளிதில் அந்தத் தியானம் சித்தியாது. பலகாலம் அவனுடைய கழலை உடம்பால் வணங்கவேண்டும்; பின்பு வாயினால் துதிக்க வேண்டும்; அப்போதுதான் உள்ளத்தில் அந்தக் கழல் பதியும். ஒரு பொருளை ஒருகால் கண்டால் அது நம் உள்ளத்தே போவதில்லை. பலமுறை கண்டு கண்டு பழகினால் அதைப் பற்றிப் பேசும் நிலை வரும். பல முறை கண்டும் பலமுறை அதைப் பற்றிப் பேசியும் பயின்றால் அது நம் மனத்தே குடிகொண்டிருக்கும்.

குறைவிலா நிறைவாகிய இறைவன் கழலை உள்ளத்தில் எப்போதும் நிலை கொள்ளும்படி செய்யப் பலகால் பயில வேண்டும். உடல், நா, உள்ளம் என்ற மூன்றும் முக்கரணங்கள்

என்று பெயர் பெறும். உடலால் செய்யும் செயலும் நாவால் பேசும் பேச்சும் உள்ளத்தால் நினைக்கும் நினைப்பும் மூன்று கரணங்களால் இயற்றப் பெறுவன. செயலிலே பழகி முதிர்ந்தால் பேச்சிலே நிலைக்கும்; அது முதிர்ந்தால் மனத்திலே நிலைபெறும். அப்பர் சுவாமிகளுடைய உள்ளத்திலே இறைவன் பொற்கழல் நிலை பெற்றதற்கு அவர் அக் கழலைத் தொழுதும் பரவியும் பயின்ற பயிற்சியே காரணம்.

இந்த நினைவு நாவுக்கரசருக்குத் திருவாரூரிலே வந்தது. அங்கே எழுந்தருளியுள்ள சிவபெருமானைப் பார்த்துப் பெருமிதத்தோடு இதைச் சொல்கிறார். இறைவன் பொற்கழல் உறையும் இடமாக மனத்தை வைத்திருக்கும். தமக்கு ஒரு குறையும் இல்லை என்றார்; அவன் இருக்கும் திருத் தலத்திலும் குறைவின்றிப் பல வளங்கள் நிறைந்திருக்கின்றன என்று சொல்ல வருகிறார்.

திருவாரூரில் நீர்வளம் நிலவளம் நிரம்பியிருக்கின்றன. அவற்றை அங்கு உள்ள மரங்கள் காட்டுகின்றன. மரங்கள் பலவகை; இலையால் பயனுடையவை, மலரால் பயனுடையவை, கனியால் பயனுடையவை, வேறு ஒன்றுக்கும் ஆகாமல் விறகுக்கு ஆவன என்று பல வகையான பயன்களை உடையவை அவை. இவற்றுள் கனியாற் பயனுடையவை சிறந்தவை. ஊருக்குள் பழ மரங்கள் இருந்தால் அவை மிக்க பயனைத் தருவன.

***"பயன்மரம் உள்ளூர்ப் பழுத்தற்றால் செல்வம்
நயனுடை யான்கட் படின்"***

என்று வள்ளுவர் பழ மரத்தைப் பிறருக்கு ஈயும் வள்ளலுக்கு உவமை கூறுவர். திருவாரூரில் எழுந்தருளியிருக்கும் பெருமான் பெருவள்ளல்; தியாகேசன் என்பது அவன் திருநாமம். அவன் கழல் வைத்த இடமெல்லாம் குறைவின்றி நிறைவு பெறும். அடியார்கள் உள்ளத்தில் அப் பொற்கழல் இருந்தால் அவர்கள் நிறைவு பெற்று, "என்ன

குறையுடையேம்?” என்று சொல்வார்கள். ஒரு தலத்தில் அப்பூங்கழல் இருந்தால் அங்கே பழ மரங்கள் பல்கி வளரும். திருவாரூரில் பழ மரங்கள் பல பழுத்து நிற்கின்றன.

நெடுந்தூரத்திலிருந்து திருவாரூரை நோக்கி வருவாருக்கு ஊருக்குள்ளே புகுவதற்கு முன்பே அங்குள்ள நிலவளம் தெரிந்துவிடுகிறது. உயரமாக ஓங்கி நிற்கும் தென்னமரங்கள் தலை நிமிர்ந்து, "என்ன குறையுடையேம்?” என்று சொல்வன போலத் தோன்றுகின்றன. ஊரைப் பின்னும் அணுகினால் ஓங்கிய தெங்குகளுக்கு அருகே அடர்ந்து நிற்கும் கமுக மரங்கள் தெரிகின்றன. அவற்றினுடைய ஓலைகள் எப்படி நீண்டு அகன்று படர்ந்திருக்கின்றன! அநேகமாக ஊரின் எல்லைக்கே வந்துவிட்டோம். கம் என்ற வாசனை வீசுகிறது. இந்த வாசனை, மலரின் மணம் அன்று, வாழை மரங்கள் வளர்ந்து கனிந்த குலைகளைத் தாங்கி நிற்கின்றன. அவற்றின் கீழே இளவாழைக் கன்றுகள் வளர்கின்றன.
தோட்டத்துக்குள்ளே புகுந்து பார்த்தால் மாமரங்கள் நிற்பதைக் காணலாம். மாதுள மரங்கள் வளர்ந்து பழுத்து நிற்கின்றன. எல்லா மரங்களிலும் கனிகள் குலுங்குகின்றன. எல்லாக் கனிகளும் இனிமையை உடையன; மக்களுக்குப் பயன்படுவன. மரங்களிலிருந்து அவை கனிந்து சிதறுகின்றன. என்ன அழகு! என்ன வளம்!

ஊருக்குள் பழ மரங்கள் பழுத்து நிற்கும் காட்சியும், அவற்றுக்கு மூலகாரணமாக எழுந்தருளியிருக்கும் திருவாரூர் அம்மானும், அவனுடைய பொற்கழலும், அப்பொற் கழலைத் தன்னிடத்திலே பெற்ற அப்பர் சுவாமிகளுடைய திருவுள்ளமும் நினைக்க நினைக்க இன்பத்தைத் தருகின்றன. அவற்றை யெல்லாம் நினைந்து பக்தி செய்யும் படியாகத் திருநாவுக்கரசர் இந்தப் பாசுரத்தை அருளிச் செய்திருக்கிறார்.

பூங்கழல்தொழு தும்பரவியும்
புண்ணியா! புனி தா! உன்பொற்கழல்
ஈங்குஇருக் கப்பெற்றேன்;
என்ன குறையுடையேன்?

ஓங்குதெங்கு, இலை யார்கமுகு,இள
வாழை, மாவொடு மாதுளம்பல
தீங்கனி சிதறும்
திருவாரூர் அம்மானே!

[புண்ணியத் திருவுருவானவனே! தூய்மையே உருவாக அமைந்தவனே! வளர்ந்தோங்கிய தென்னை, இலை நிறைந்த கமுகு, இளவாழை மரங்கள், மாமரம் இவற்றோடு மாதுள மரமும் பல இனிய கனிகளை உதிர்க்கும் திருவாரூரில் இருக்கும் இறைவனே! உன்னுடைய மலரைப் போன்ற திருவடியைக் கையால் தொழுதும் நாவால் புகழ்ந்தும் உன் பொன்னாலாகிய கழலை அணிந்த அவ்வடியை நினைத்து அது என் உள்ளத்தே இருக்கும்படியான பேற்றைப் பெற்றேன்: இனி என்ன குறையை உடையவனாவேன்? (ஒரு குறையும் எனக்கு இல்லை.)

பூங்கழல் தாமரை மலரைப்போன்ற திருவடி; கழல் - ஆகு பெயர்; பொலிவு பெற்ற அடி என்றும் சொல்லலாம். தொழுதல், கையின் செயல்; அது வணங்குதல், பணிதல் முதலிய மெய்யோடிணைந்த செயல்கள் அனைத்தையும் உபலட்சணத்தால் கொள்ளும்படி நின்றது. பரவியும் - புகழ்ந்தும்; திருநாமம் கூறுதல், புகழைப் பாராட்டுதல், பாடுதல் ஆகிய அனைத்தையும் இது சுட்டியது. புனிதன் - தூயவன். பொற்கழல் பொன்னாலான கழலை அணிந்த திருவடி; பொன் போன்ற திருவடி என்றும் தோன்றும்படி இத்தொடர் அமைந்திருக்கிறது. கழலின் அருமைப் பாட்டை எண்ணி, அதைப் பலபடியாகப் பாராட்ட வேண்டும் என்ற நினைவால், பூங்கழல் என்று முன் சொன்னவர், பின்பு அது என்று சொல்லாமல் மீட்டும் பொற்கழல் என்று கூறினார். என்றாலும் அதையே சுட்டியதாகக் கொள்ள வேண்டும், ஈங்கு - என் மனத்தில்; ஈங்கு என்று அணிமைச் சுட்டாற் சொன்னது, தம்நெஞ்சைக் காட்டிலும் நெருங்கியது ஒன்று இன்மையால். இன்னது, என்று சொல்லாமல் ஈங்கு என்று சுட்டியதன் பொருள் அவர் உள்ளத்துக்குத் தெரியும்; இது நெஞ்சறி சுட்டு. இருக்க - நிலைபெற்றிருக்க. என்ன - எத்தகைய. தெங்கு -

தென்னை, இலையென்றது கமுகின் ஓலையை. தீங்கனி - இனிய பழங்களை, சிதறும் - கனிந்து உதிரச் செய்யும். அம்மான் - தலைவன்; கடவுள்.]

இப் பாட்டு இருபதாம் திருப்பதிகத்தில் உள்ள நான்காம் பாடல்.

ஊடலும் ஆடலும்

அப்பர் சுவாமிகள் காட்டும் கற்பனைக் காட்சிகளில் மற்றொன்று. இந்தக் காட்சியில் முக்கியமான பாத்திரங்கள் இறைவனும் கங்கையும் உமாதேவியாரும் ஆவர்.

பகீரதனுடைய வேண்டுகோளுக்குக் கங்கை எளிதில் இணங்கவில்லை. பல காலம் தவம் செய்த பிறகு கங்கை தோன்ற, "என்னுடைய முன்னோர்களின் என்பு மேல் பாய வேண்டும்" என்று பகீரதன் அவளை வேண்டினான். அப்போது கங்கை வானுலகில் மாத்திரம் உலா வந்து கொண்டிருந்தாள். பகீரதனுடைய முன்னோர்கள் ஒரு முனிவரின் சாபத்தால் பாதாளத்தில் எரிந்தனர். அவர்கள் உடம்பு எரிந்து இப்போது என்பாகிக் கிடந்தன. வானுலகத்தில் உலவும் கங்கை பாதாளத்துக்கு வருவதாவது! அது எத்தனை இழிசெயல்! வான் நதி என்ற பெயருடன் தேவருடைய தொடர்பு பெற்று வாழும் அப் பெருமாட்டி பூவுலகத்துக்கே இழியவில்லையே! அப்படியிருக்கப் பாதாளத்துக்கு இறங்கி வருவது என்பது நடக்கிற செயலா?

கங்கையின் உள்ளத்தில் கருணை இருந்தால், பாதாளம் என்ன, அதற்கும் கீழே இறங்கி வரலாம். ஆனால் அவள் உள்ளத்தே அகந்தைதான் இருந்தது. தவத்துக்கு எப்போதும் ஒரு வலிமை உண்டு. தன்னை நோக்கித் தவம் செய்த பகீரதனிடம், "நான் அங்கே வரமுடியாது" என்று சொன்னால் அவன் செய்த தவம் அவளைத் தீய்த்துவிடும். ஆதலின் போக்கு ஒன்று காட்ட எண்ணினாள். “நான் பாதாளத்துக்கு வருவேன். ஆனால் நேரே வர இயலாது. என்னை யாரேனும் தாங்கி விட்டால் வருவேன்" என்றாள். மேல் மாடியிலிருந்து கீழே இறங்கும் அரச குமாரிக்குக் கைலாகு கொடுக்க யாரேனும் முன்

வருவதைப் போல ஒருவர் வேண்டுமென்று அவள் விரும்பினாள் போலும்!

பகீரதன் தவம் செய்வதற்கு அலுக்காதவன். முன்பு பிரமனை நோக்கித் தவம் செய்தான்; அப்பால் கங்கையை நோக்கித் தவம் செய்தான். இப்போது கங்கையைத் தாங்கிக் கொள்ள யாரைக் கெஞ்சுவது என்று எண்ணிப் பார்த்தான். மறுபடியும் பிரமனை நோக்கித் தவம் செய்தான். பிரமதேவன் தோன்றி, "கங்கையைத் தாங்குவது என்பது நம்மால் முடியாது; பரமசிவனைக் குறித்துத் தவம் செய்வாயாக!" என்று கூறிவிட்டான். மறுபடியும் அவன் சிவபிரானை நோக்கித் தவம் புரிந்தான்.

இறைவன் பகீரதன்முன் எழுந்தருளினான். அவனுடைய தவத்தை உணர்ந்து இறைவனுக்கு மிக்க கருணை உண்டாயிற்று. கருணை மிகுதியினால் தன்னுடைய அடியார்களைக் காக்க எவ்வளவோ தூரம் இறங்கி வருகிறவன் அவன். இப்போது மற்றவர்கள் இறங்குவதற்கும் துணை செய்ய முன் வந்தான்.

கங்கை இறங்க முடியாமல் நிற்கவில்லை; இறங்க விருப்பம் இல்லாமல் இருந்தாள். அவளுக்கு அகந்தை நிரம்பியிருந்தது. பகீரதன் தவத்தை மெச்சி, "கங்கையை நான் தாங்குகிறேன்" என்று கூறியருளினான் இறைவன். மீட்டும் பகீரதன் தவம் செய்து கங்கையை வருவித்தான்; சிவபிரான் ஏற்றுக் கொள்வதாக அருளியதைக் கூறினான்.

கங்கையோ தன்னை ஏற்பார் யாரும் இருக்கமாட்டார் என்ற எண்ணத்தோடு இருந்தாள். இறைவன் ஏற்பதை அவள் விரும்பவில்லை. இறைவனுடைய பேராற்றலை அவள் மறந்தாள். தன் ஆற்றலைக் காட்ட வேண்டுமென்று ஆயிரமுகமாகப் புறப்பட்டாள். இறைவனுக்கு அடங்காதவர் யார்? ஆரவாரத்தோடு வந்த கங்கையை இறைவன் ஒரு சடையிலே அடக்கிவிட்டான். அதற்கு முன் அடங்காப் பிடாரியாக இருந்த கங்கை கணவன் முன் நிற்கும்

மனைவியைப் போல அடங்கி ஒடுங்கி நின்றாள். ஆற்றின் உருவில் அகங்கார வெம்மை யோடிருந்த அவள் கருணைப் பெருங்கடலிலே கலந்து வெம்மை நீங்கினாள். பிறகு இறைவன் அங்கிருந்து கீழே விட்டான். பூவுலகத்துக்கு வந்து அப்பால் பாதாளவுலகத்துக்கும் பகீரதனைப் பின்பற்றிச் சென்றாள். அவள் முன்பு இருந்த இருப்பென்ன! இப்போது மாறிய வகை என்ன!

கருணை மயமான இறைவனுடைய தொடர்பினால் அவளுக்கும் கருணை உண்டாகிவிட்டதால், அழைத்த இடத்துக் கெல்லாம் வருகிறேன் என்பவளைப் போலப் பகீரதனைப் பின்பற்றிப் போனாள்.

இறைவன் தன் சடையில் கங்கையைச் சுமந்திருக்கவில்லை. அவள் அவனுக்கு ஒரு பாரம் அல்லவே! அவளைப் பூப்போலச் சூடியிருக்கிறான். அவனுடைய திருமுடியிலே கங்கை அடக்கமே உருவான பெண்ணாக விளங்குகிறாள்.

இறைவன் தன் திருமுடியிலே கங்கையை ஏற்கும் போது அவள் ஆரவாரத்தோடு வந்தாள் அல்லவா? அந்த ஆரவாரம் உமாதேவியின் காதில் விழுந்தது. 'இதென்ன பேரிரைச்சல்?' என்று அம்மை ஆராய்ந்தாள். உண்மை விளங்கியது. "நான் ஒருத்தி இங்கே இருக்க, என்னை அறியாமல், என்னிடம் கூறாமல் வேறு ஒருத்தியைச் சடைமேல் வைப்பதாவது!" என்று அப்பெருமாட்டிக்குக் கோபம் உண்டாயிற்று.

இறைவன் தன் கருணைத் திருவிளையாடலைப் புரிந்து விட்டு உமாதேவியை அணுகினான்.

எம்பெருமாட்டி அவனோடு பேசவில்லை; ஊடல் கொண்டாள்.

சூடினார் கங்கை யாளைச்
சூடிய துழனி கேட்டுஅங்கு
ஊடினாள் நங்கை யாளும்.

கங்கையின் ஆற்றலையும் அகங்காரத்தையும் அடக்குவது எளிதாக இருந்தது இறைவனுக்கு. ஆனால் உமாதேவியின் ஊடலை நீக்குவது அத்தனை எளிதன்று. அதனை நீக்க வழி என்ன என்று ஆராய்ந்தான். நல்ல பாட்டைக் கேட்டால் உருகுவது எல்லோருக்குமே இயல்பு. உமாதேவி அன்பர்களுடைய பாட்டிலும் கலைமகளின் வீணை யொலியிலும் மனம் ஈடுபடுவது வழக்கம். அம்பிகையே இசையில் வல்லவள். பலகால் உமாதேவி ஊடல் கொண்டதுண்டு. அதனைத் தீர்க்க இறைவனும் பல முறைகளை மேற்கொண்டிருக்கிறான். இப்போது தன் தேவியின் ஊடலைத் தீர்க்க இன்னிசையைப் பயன்படுத்தத் திருவுளங் கொண்டான். எப்போதும் சாமவேதத்தை இசைத்துக் கொண்டிருப்பவன் அவன். ஆகவே இப்போது இன்னிசை எழுப்பிச் சாமகானம் செய்தான்; தாளத்தோடே பாடத் தொடங்கினான். அப்படிப் பாடும்போது அவனுக்கு உற்சாகம் வந்து விட்டது. பாட்டுப் பாடுவதை மட்டுமா அவன் அறிவான்? ஆடவும் தெரிந்தவன் அல்லவா? அதில் அவன் வல்லவன் ஆயிற்றே! நடனத்துக்கு அரசன் என்று அவனை வணங்குகிறோம். ஆதலின் சாம வேதத்தைத் தாளத்தோடு பாடப் பாட அவனுக்கு ஆடவேண்டு மென்ற நோக்கமும் உண்டாயிற்று; ஆடத் தொடங்கினான்.

இறைவியின் ஊடல் நீங்கும் அறிகுறி தோன்றியது; அவனுக்கு ஆனந்தம் தாங்கவில்லை. சாம வேதம் பாடின தாளத்தோடே கூத்தாடினான்.

.......ஊடலை ஒழிக்க வேண்டிப்
பாடினார் சாம வேதம்;
பாடிய பாணி யாலே
ஆடினார்.

(பாணி - தாளம்.)

உமாதேவியாகிய பராசக்தி இறைவனோடு ஒன்றியும் இருப்பாள்; வேறு பிரிந்தும் நிற்பாள். சக்தி இறைவனது

அருளின் உருவம். அப்பெருமாட்டி ஊடல் கொண்டால் இறைவனுக்கு இன்பம் இல்லை என்பது ஒரு குறிப்பு. இறைவனிடம் அருள் ஒன்றாவிட்டால் உலகுக்கே இன்பம் இல்லை. அருள் வழி நின்று உலகம் இயங்குகிறது. அந்த அருளாணை ஊடுதலாவது, வெளிப்படாமல் நிற்பது. சக்தி ஊடுதலின்றி இறைவனோடு கூடினால் உலகுக்கு இன்பம் உண்டாகும். இறைவன் அந்த அருளை மேற்கொண்டான் என்பதனையே உமாதேவியின் ஊடலை நீக்கினான் என்று கதையாகக் கொள்வார்கள்.

இறைவன் பாடியும் ஆடியும் உமாதேவியின் ஊடலை நீக்கிவிட்டான். அந்த இறைவன் யார் தெரியுமா? . "கெடில் நதியினால் வரம்பு கட்டப்பெற்ற எங்கள் திருவதிகை வீரட்டத்தில் உள்ள பெருமான்'' என்கிறார் அப்பர். இறைவன் அருள் வெளிப்பட்டு அவனை இவ்வளவும் இறங்கிவரச் செய்தது. இல்லையானால் அவன் குணங்குறி கடந்த நிலையில் இருப்பான். இங்கே வரமாட்டான். உமாதேவி ஊடல் நீங்காமல் இருந்தால் அவன் வெளியே எங்கே வரப்போகிறான்? அவள் ஊடல் நீங்கினாள்; நாம் சிவபிரானைத் திருவதிகையிலும் திருத் தில்லையிலும் மற்ற இடங்களிலும் காண்கிறோம்; ஆடுகிறோம்; பாடுகிறோம்.

“சூடினார் கங்கை யாளைச்
சூடிய துழனி கேட்டுஅங்கு
ஊடினாள் நங்கை யாளும்;
ஊடலை ஒழிக்க வேண்டிப்
பாடினார் சாம வேதம்;
பாடிய பாணி யாலே
ஆடினார், கெடில வேலி
அதிகைவீ ரட்ட னாரே."

[கெடில நதியை எல்லையாக உடைய திருவதிகை வீரட்டத்தில் எழுந்தருளிய சிவபெருமான், கங்கையைத் தம் திருமுடியில் சூடினார்; அப்படிச் சூடும்போது உண்டான ஆரவாரத்தைக் கேட்டு அப்போது உமாதேவி ஊடினாள்;

அப்பெருமாட்டியின் ஊடலை ஒழிக்க விரும்பி இறைவனார் சாம வேதத்தைப் பாடினார் அதைப் பாடின தாளத்திற்கு ஏற்பச் சதி மிதித்து ஆடினார்.

சூடுதல் - தலையில் அணிதல். துழனி - ஆரவாரம். மற்றவர்கள், "கங்கையைச் சூடினார்" என்று சொல்லும் ஆரவாரம் என்றும் சொல்லலாம். அங்கு - அப்போது. நங்கையாள் - உமாதேவி. பாண் - தாளம்; பாணியால் பாணிக்கு ஏற்ப. வேலி-எல்லை]

இது, 27-ஆம் பதிகத்தில் உள்ள இரண்டாவது திருப்பாட்டு.

என் செய்கேன்!

அப்பர் சுவாமிகள் சற்று ஓய்வாக அமர்ந்திருந்தார். ஏதோ உள்ளத்திலே சிறிதளவு சலிப்புத் தோன்றியது. பழைய கதை அவர் மனக் கண்ணில் ஏடு ஏடாக விரிந்தது. சிவ பெருமானுடைய அடிக்கே ஆளாக வேண்டிய நாம் உறுதியாக அந்த வழியிலே செல்லவில்லை. எங்கெங்கோ மனம் தாவியது. புகழுக்கும் மதிப்புக்கும் ஆசைப்பட்டது. சைனனாக மாறினோம். அங்காவது முழுப்பற்று இருந்ததா? அதுவும் இல்லை. இப்படி எத்தனை காலம் வாழ்ந்தோம்! ஒரு நாளா, இரண்டு நாளா? பல ஆண்டுகள் கழிந்தன. அவ்வளவு காலமும் நாம் வாழத்தான் வாழ்ந்தோம். ஆனால் எப்படி வாழ வேண்டுமோ அப்படி வாழவில்லையே!

நல்ல உணவை உண்ணத் தொடங்கியபோது, 'அடடா! இவ்வளவு நாள் கூழுக்கும் வகையின்றித் துன்புற்றோமே!' என்று வருந்துவது போல அப்பர் வருந்தலானார்.

'இடையீடில்லாமல் இளம் பருவ முதலே எம் பெருமானிடம் ஆராத அன்பு கொண்டு வாழ்ந்திருந்தால் எத்தனை இன்பத்தை அடைந்திருக்கலாம்! நான் போக்கிய காலம் கொஞ்சமா? அத்தனை காலமும் வீணாகக் கழித்து விட்டேனே! பாழுக்கல்லவா நீர் இறைத்தேன்?ஆம், உடல் வருந்தி இறைத்ததிற் குறைவில்லை. ஆனால் எதற்கு இறைக்க வேண்டுமோ, அதற்கு இறைக்கவில்லை. மனத்திலே எதையாவது ஒன்றைப் பற்றினால் அதைப் பற்றியே வாழலாம். நாளுக்கு ஒரு பொருளின் மேல் நாட்டமும் நேரத்துக்கு ஒரு காதலுமாக இருந்தால் மனம் ஒன்றிலே நிலைப்பது ஏது? ஒன்றை விட்டு ஒன்று பற்றினேன். நான் பற்றினாலும் அது என்னை விட்டுக் கழன்று போயிற்று.

எதைப் பற்றவேண்டுமோ அதைப் பற்றாமல் வாழ்ந்தேன். என் வாழ்க்கை உறுதியான பற்றுக்கோடு ஒன்றும் இல்லாத வாழ்க்கை ஆகிவிட்டது.'

பற்றிலா வாழ்க்கை வாழ்ந்து
பாழுக்கே நீர்இ றைத்தேன்

'இப்படியே என் வாழ்க்கை போய்க்கொண்டிருந்தது. கடைசியில் எனக்கும் கொஞ்சம் அறிவு தட்டுப்பட்டது. என் உயிரையே மாய்க்கும் சூலை வந்தது. அதுவரையில் நான் தக்க பற்றுக்கோடின்றி நடை போடுகிறேன் என்ற நினைவே எனக்கு இல்லை. இப்போது நான் தளர்ந்தேன். என் உடல் வலிமை கெட்டது. என் மந்திர தந்திரம் கைவிட்டன. சுற்றியுள்ளார் கைவிட்டார். எதை எதைப் பற்றாக எண்ணிப் பற்றினேனோ அவையெல்லாம் நழுவின. அப்போதுதான் எனக்கு உண்மையான பற்றுக்கோடு இல்லை என்பது புலப்பட்டது. எதை எதையோ நம்பி மோசம் போனேன் என்பது தெளிவாயிற்று. பற்றிலா வாழ்க்கை வாழ்ந்து பாழுக்கே நீர் இறைத்த அவலம் தெரிந்தது. மூடனுக்குத் தானே பட்டாலன்றிப் பிறர் கூறினால் தெரியாது என்பார்கள். கயவனாக வாழ்ந்த எனக்கும் பட்டாலன்றி அறிவு உண்டாகவில்லை. உலகத்தார் சொல்லும் பழமொழி உண்மையாயிற்று. நானே அதற்கு இலக்காக, பொருத்தமாக, அதற்கு ஒத்தபடி நின்றேன்.'

உற்றலால் கயவர் தேறார்
என்னும்கட்டுரையோடு ஒத்தேன்.

அப்பர் சுவாமிகளுக்கு இன்னும் திருப்தி உண்டாகவில்லை. மேல்நிலையில் உள்ள சான்றோர்களுக்கு, 'இன்னும் நாம் திருந்தவில்லையே!' என்ற எண்ணமே இருக்கும். கயவர்களுக்கோ, 'நம்மளவு பெரியவர் யார் இருக்கிறார்கள்?' என்ற இறுமாப்பு உண்டாகும். அப்பர் சுவாமிகளைப் போன்ற பெரியவர்கள் தம்மை இழித்துக்கொண்டு, "நான் பாவி, இழிந்தவன்" என்று சொல்வதுண்டு. அதனால் அவர்கள்

உண்மையாகவே மிக இழிந்த நிலையில் உள்ளவர்கள் என்று கொள்ளக் கூடாது. அவர்களுக்குத் தம்மைத் தாமே சோதித்துக் கொள்ளும் அறிவு இருப்பதனால் தம்மிடம் உள்ள சிறிய குற்றத்தையும் பெரியதாகப் பாவிக்கும் உள்ளப்பான்மை உண்டாகிறது. கயவர்கள் தம் குணம் சிறிதாக இருந்தாலும் அதைப் பெரிதாகக் காண்பர்; தம் குற்றம் மலையாக இருந்தாலும் அதனைக் காணமாட்டார்கள். பெரியவர்களோ தம் குற்றம் சிறிதாயினும் அதனை மலையாக எண்ணி மனம் வருந்திக் குலைவர்; தம் குணம் எவ்வளவு பெரிதாயினும் அதனை எண்ணார். பிறர் திறத்திலும் கயவர் நிலையும் நல்லோர் நிலையும் இப்படியே வேறுபடும். கயவர் பிறர் குணங்களைக் காணாமல் குற்றத்தைப் பெரிதாகக் கண்டு குறை கூறுவர். நல்லோர் பிறர் குணத்தையே பெரிதாகக் கண்டு குற்றங்களைக் காணமாட்டார்.

நாவுக்கரசர் தம் குற்றத்தைப் பெரிதாகக் காண்பவர். முன்பு நடந்தவற்றை எண்ணி இரங்குகிறார். "நான் எதற்காகப் பிறந்தேன்? எதற்காக உயிரோடு இருக்கிறேன்? இனி என்ன செய்யப் போகிறேன்?" என்று வருந்துகிறார்.

எற்றுளேன்? என்செய் கேன் நான்?

'கயவர்கள் துன்பத்தை அடைந்தால் தெளிவை அடைவார்கள் என்று அல்லவா சொன்னேன்? நான் துன்புற்று இப்போது அறிவு பெற்றேன் என்று சொல்லலாமா? இன்னும் பெற வேண்டிய அறிவைப் பெறவில்லையே! இடும்பைப் பட்டேன் நான். ஆனாலும் எனக்குப் புத்தி வரவில்லையே! மனிதன் அநுபவத்தால் அறிவாளியாகிறான். துன்பத்தை நுகர நுகரத் துன்பம் இல்லாத வழி அவனுக்குப் புலப்படுகிறது. எனக்கோ அந்த இயல்புகூட இல்லாமல் இருக்கிறதே! இடும்பைகள் வந்தும், அவற்றாலே நான் படாத பாடுகளைப் பட்டும், ஞானம் ஏதும் கற்றுக் கொண்டதாகத் தெரிய வில்லையே!'

***.....இடும்பையால் ஞானம் ஏதும்
கற்றிலேன்.***

இப்படியெல்லாம் நினைத்துக் கொள்கிறார் அப்பர். 'இனி நான் என் செய்வேன்! இந்நிலையை மாற்ற வழி இல்லையா? என் துன்பத்தைப் போக்கும் களைகண் எனக்குத் தெரிய வில்லையே!' என்று வருந்தினார்.

திருக்கடவூருக்குச் சென்றிருந்தபோது இந்தத் தளர்ச்சியான நினைவு அவருக்கு உண்டாயிற்று. திருக்கடவூரில் இறைவன் மார்க்கண்டேயருக்காகக் காலனை உதைத்தான். அந்தத் தலத்திற்கு வந்ததும் அப்பர் சுவாமிகளுக்கு, 'நம்மையும் காலன் வந்து கைப்பற்றும் காலம் ஒன்று உண்டு' என்ற நினைவு உண்டாயிற்று. அப்போது சிறிது வலியிழந்தவரைப் போல இருந்தார். அந்த ஒரு கணத்தில் இந்த நினைவுகளெல்லாம் அவர் உள்ளத்தே முடுகின. 'ஒரு துணையும் எனக்கு இல்லையே! கடவூர் வீரட்டானத்தில் எழுந்தருளியிருக்கும் பெருமானே!' என்று முறையிடுகிறார்

***.....களைகண் காணேன்
கடவூர்வீ ரட்ட னீரே!***

மரண பயம் என்பது எத்தகையவரையும் ஓர் ஆட்டு ஆட்டி விடும் ஆற்றல் உடையது. அதனால் அப்பர் சுவாமிகள் இவ்வாறு பாடினார்.

எட்டு வீரட்டானங்களுள் திருக்கடவூர் ஒன்று. அது யமனை இறைவன் உதைத்த தலம்; சோழ நாட்டில் காவிரிக்குத் தென் கரையில் உள்ளது. இறைவன் அமுதகடத்துள் தோன்றியமையால் கடவூர் என்ற பெயர் வந்தது. காலபயம் தீர்த்த இடத்தில் காலனுடைய நினைவு வருவது இயற்கை. அறிவுடையார் அஞ்சவேண்டுவதைக் கண்டு அஞ்சுவார்கள். நாமோ கடவூரைக் கண்டாலும் காலனை நினைப்பதில்லை; செத்துப்போவாரைக் கண்டாலும் மரணத்தை நினைப்பதில்லை; ஒருகால் நினைத்தாலும் அடுத்த கணமே மறந்து விடுகிறோம். அப்பர் சுவாமிகள், 'நான் பற்றுக்

கோடின்றி இவ்வளவு காலம் வாழ்ந்துவிட்டேன்; பட்டால் அறிவு பெறும் கயவனைவிடக் கீழானவனாக, இடும்பை வந்தும் எள்ளளவும் ஞானம் பெறாமல் வாழ்கிறேன். இனி என் செய்வேன்!' என்று சொல்வது அவர் திறத்தில் எத்துணைப் பொருத்தமோ, அதனை ஆராய நமக்கு ஆற்றல் இல்லை. ஆனால் நம் திறத்தில் இது அத்தனையும் பொருத்தம் என்பதில் சிறிதும் ஐயமில்லை. நமக்கு ஒன்றைப் பற்றவும் தெரியாது; பற்றிக்கொண்டு வாழவும் தெரியாது; பாழுக்கு இறைப்பதன்றி வேறு ஒன்றும் நம் வாழ்க்கையில் இல்லை. சில சமயங்களில் துன்புறும்போது அறிவு மின்னலைப் போலப் பளிச்சிடுகிறது. மறுகணமே மறந்து போகிறது. ஆகவே இடும்பை வந்தும் நமக்கு ஞானம் வருவதாகத் தோன்றவில்லை. இந்த நிலையில் நம் துயரைக் களையுந் துணை இன்னார் என்ற அறிவு எங்கே வரப்போகிறது?

ஆதலின் அப்பர் சுவாமிகள் இந்தப் பாட்டை நமக்காகவே பாடிக் கொடுத்திருக்கிறார் என்று தோன்றுகிறது. நாம் இதைப் பாடி இதன் கருத்தை உணர்ந்து களைகண்ணைத் தேடிக் கொள்ளலாமே!

பற்றிலா வாழ்க்கை வாழ்ந்து
பாழுக்கே நீர்இ றைத்தேன்;
'உற்றலால் கயவர் தேறார்'
என்னும்கட் டுரையோடு ஒத்தேன்;
எற்றுளேன்? என்செய் கேன்நான்?
இடும்பையால் ஞானம் ஏதும்
கற்றிலேன்; களைகண் காணேன்.
கடவூர்வீ ரட்ட னீரே!

[திருக்கடவூர் வீரட்டானத்தில் எழுந்தருளியிருக்கும் அமுதகடேசரே! ஒரு பற்றுக்கோடும் இல்லாத வாழ்க்கையை வாழ்ந்து, பயனில்லாமல் பாழுக்கே நீரை இறைத்தேன்; 'துன்பம் வந்தாலன்றி இழி குணத்தோர் உண்மையைத் தெளியமாட்டார்' என்று உலகத்தோர் சொல்லும் பழமொழிக்கு ஒப்ப இருந்தேன். நான் எதற்காக உயிரோடு

இருக்கிறேன்? என்ன செய்வேன்? நான் அடைந்த துன்பங்களால் சிறிதளவும் அறிவைப் புதியதாகத் தெரிந்து கொள்ளவில்லை. என் துன்பங்களைப் போக்கும் துணையையும் கண்டிலேன்.

பற்று - பற்றுக்கோடு. பாழுக்கே நீர் இறைத்தேன் என்னும் குறிப்பு, என் முயற்சிகள் யாவும் எனக்கு ஒரு பயனும் தாராத வகையில் வாழ்ந்தேன் என்ற கருத்துடையது. உற்று அல்லால்: உறுதல் - துன்பம் அடைதல்; அதனால் ஊறு என்பது துன்பத்துக்கே ஒரு பெயராயிற்று. தேறார் - தெளியார்; தம் ஆற்றலுக்கு அப்பாற்பட்டனவும் உண்டு என்பதைத் தெளியமாட்டார். கட்டுரை சொல்; பழமொழி. கட்டுரையோடு ஒத்தேன் கட்டுரைக்குப் பொருத்தமானவன் ஆனேன். எற்று - எதற்காக. உளேன் - உயிரோடு இருக்கிறேன். செய்கேன் - செய்வேன். . இடும்பை - துன்பம். ஏதும் சிறிதும். களைகண் - துன்பந் துடைக்கும் துணை. வீரட்டனார் என்பது விளி ஏற்று

வீரட்டனீரே என்றாயிற்று. அறிவுடையாரை. விளிக்கும்போது அறிவுடையீரே என்று வருதல் போன்றது இது.]

இது 31-ஆம் பதிகத்தின் எட்டாம் பாட்டு.

ஆவி வாழும் வீடு

சின்ன வீட்டை ஒருவர் கட்டினார்; மண்ணினால் எடுத்த வீடு; கூரை வேய்ந்த வீடு. மரம், மண், தென்னங்கீற்று இந்த மூன்றையும் வைத்துக்கொண்டே அவர் இதைக் கட்டிவிட்டார். இந்த வீட்டைச் சுற்றிப் பார்த்தால், தரையிலே இது நிற்பதற்கும், நிழல் தருவதற்கும் என்ன என்ன பொருள்கள் இருக்கின்றன என்பதை எளிதிலே கண்டுகொள்ளலாம்.

வீட்டின் கூரையைத் தாங்க முக்கியமாக இரண்டு கால்களை நட்டிருந்தார். இரண்டு பக்கமும் கைமரங்களை வைத்து அவற்றின் குறுக்கே வரிசையாகக் கோல்களைப் பரப்பி னார். சுற்றிச் சுவரெடுத்திருந்தார். மண்ணையும் தண்ணீரையும் கலந்து குழைத்த சுவர் அது. மேலே கூரை வேய்ந்திருந்தார்.

இந்தச் சின்ன வீட்டுக்கு முன் வாசல் ஒன்று, பின் வாசல் ஒன்று. ஏழு சன்னல்கள் வைத்தார். இதற்குமேல் அந்த வீட்டுக்கு வெள்ளையடித்து வர்ணம் பூசி அழகுபடுத்தினார். அதைக் கட்டும்போது பார்த்தால் கண்ணுக்கு நன்றாகவே இருக்கவில்லை. இப்போது கட்டி முடிந்த பிறகு பார்த்தால் வீடு கண்ணைப் பறிக்கிறது. உள்ளே ஒருவரைக் கொண்டு வந்து குடியும் வைத்துவிட்டார். அவர் மகாசாமர்த்தியக்காரர். குடிபுகுந்தவர் அல்ல; வீட்டைக் கட்டினவரைச் சொல்கிறேன்.

திருநாவுக்கரசர் இதுபோன்ற ஒரு வீட்டைப் பற்றிச் சொல்கிறார். அந்த வீட்டைக் கட்டினவர் ஒருவர். குடியிருப்பவர் ஒருவர். ஆனால் குடியிருக்கிறவர் அதனைத் தம்முடையதாக நினைத்து ஏமாந்து போகிறார். எந்தச் சமயத்திலும் அவர் வீட்டை விட்டு ஓடிப் போக வேண்டியிருக்கும். அதை மறந்துவிட்டு அந்த வீட்டுக்கு

அலங்காரம் செய்து, அழகு பார்க்க ஆரம்பிக்கிறார். தாம் அதில் வாழ்கிற வரைக்கும் சுத்தமாக வைத்துக் கொண்டால் போதாதோ? அது தாமே கட்டினது போலவும், தமக்கே உரியது போலவும் எண்ணிக்கொண்டு அந்த வீட்டை அலங்காரம் செய்யத் தொடங்குகிறார். அது மாத்திரம் அல்ல. வீட்டுக்கு எசமானர் ஒருவர் இருக்கிறார் என்பதையே அடியோடு மறந்துவிட்டு, அதற்குக் கொடுக்க வேண்டிய வாடகையையும் கொடுக்காமல் காலம் கழிக்கிறார்.

வீட்டுக்காரர் அந்த வீட்டைக் கட்டித் தந்தவர் குடியிருக்கிறவரைக் கவனித்துக் கொண்டிருக்கிறார். 'இந்த மனிதன் இந்த வீட்டிலே இருந்துகொண்டு தான் செய்ய வேண்டிய வேலைகளை ஒழுங்காகச் செய்யட்டும் என்று இதைக் கட்டிக் கொடுத்தேன். இவன் வீட்டை அழகு படுத்துவதிலே காலத்தைக் கழித்துக் கொண்டிருக்கிறானே!' என்று நினைக்கிறார். அவர் இந்த ஒரு வீட்டை மாத்திரமா கட்டியிருக்கிறார்? கோடிக்கணக்கான வீடுகளைக் கட்டி அங்கங்கே மனிதர்களைக் குடி வைத்திருக்கிறார்.

சிலர் வீட்டைச் சுத்தமாக வைத்துக்கொண்டு பல நாள் அதில் வாழ்கிறார்கள். வேறு சிலருடைய வீடுகள் அடிக்கடி பழுதுபட்டுப் போகின்றன. மழைக்கு ஒழுகுகின்றன. எலி, பெருச்சாளிகள் தொந்தரவு வேறே.

ஒருவரை ஒரே வீட்டில் இருக்கும்படி விடுவதில்லை அந்த முதலாளி. மாற்றி மாற்றிப் புதிய புதிய வீடு கட்டிக் கொடுக்கிறார். பழைய வீடுகளை இடித்துத் தள்ளிவிடுகிறார். அதை இடிக்கிறபோது மனிதர்கள் கண்டு, "ஐயோ! இவ்வளவு நாளும் வாழ்ந்த வீட்டை இடிக்கிறாரே!" என்று வருந்துகிறார்கள். அழக்கூட அழுகிறார்கள். முதலாளி வேறு வீட்டில் குடியேற்றி விடுகிறார்.

இப்படியெல்லாம் நிகழும் வீடு இன்னதென்று இதற்குள் உங்களுக்குத் தெரிந்திருக்கும். உயிர் வாழும் உடம்பைத்தான் அப்பர் சுவாமிகள் வருணிக்கிறார். இந்த வீட்டை மறைக்

காட்டிலே இருக்கிற முதலாளி கட்டினார். ஆவியை இந்த வீட்டிலே குடிவைத்து, வாழும்படி செய்தார்.

இந்த வீட்டுக்கும் கால்கள் உண்டு. மற்றவர்கள் கட்டும் வீடுகள் ஒரே இடத்தில் உள்ள வீடுகள். இந்த வீடோ அங்கும் இங்கும் செல்லும் வீடு. மேல் நாடுகளில் இடம் விட்டு இடம் மாறும் வகையில் சில வீடுகளைக் கட்டியிருக்கிறார்கள் என்று பத்திரிகையில் ஒரு செய்தி வந்தது. இந்த வீடும் அந்த வீடுகளைப் போல இயங்கும் வீடு. இரண்டு கால் படைத்த வீடு இது. இரண்டு கைகளும் உண்டு. வீட்டுக்கு இரண்டு பக்கமும் அமைக்கும் கை மரங்களைப் போல இவை இருக்கின்றன. குறுக்கே போடும் கழிகளைப் போல இங்கும் எலும்புகளை அடுக்கியிருக்கிறார். அவற்றிற்கு மேலே ஊனை வேய்ந்திருக்கிறார். அதற்கு மேல் தோலைப் பரப்பி மூடியிருக்கிறார். சுவர் எடுக்கத் தண்ணீர் வேண்டும். இற்கும் உதிரம் என்ற நீரைக் கொண்டு தசைகளைக் குழைத்துச் சுவர்களை எடுத்திருக்கிறார். இதற்கும் மலஜலம் கழிக்கும் இரண்டு வாசல்கள் இருக்கின்றன. கண் இரண்டு, காது இரண்டு, மூக்குத் துளைகள் இரண்டு, வாய் ஒன்று ஆக ஏழு ஜன்னல்கள் வைத்திருக்கிறார். இதிலே குடியிருக்கிறவர் ஆவி (உயிர்) என்பவர்.

ஊனும் எலும்பும் தோலும் கொண்டு இந்த வீட்டைக் கட்டினார். ஆனால் ஊன் முதலியவற்றைத் தனித்தனியே கண்டால் எத்தனை அருவருப்பாக இருக்கிறது! எலும்பும் இறைச்சியும் இரத்தமும் ஒரே குவியலாக வைத்திருந்தால் பயமாகக்கூட இருக்கும். முதலாளியின் சாமர்த்தியம் இந்த வீட்டைக் கட்டுவதிலேகூட அதிகமாகப் புலப்படவில்லை. இவ்வளவு அழகற்றதும், அருவருக்கத்தக்க பண்டங்களை வைத்துக் கட்டினதும் ஆகிய வீட்டைக் கொஞ்சங்கூட அருவருப்பு இல்லாமல் பார்க்கப் பார்க்க அழகாகத் தோன்றும் படி பண்ணிவிட்டார்; அதுதான் ஆச்சரியம்! இதைக் கண்ட மற்றவர்கள் இந்த வீட்டினரிடம் ஆசை கொள்ளுகிறார்கள். உள்ளே வாழ்கிறவனோ, விடமாட்டேன் என்கிறான். அத்தனை மோகம் இதன்மேல்.

இப்படி இதனிடம் ஒருவிதமான கவர்ச்சியை வைத்திருக்கிறார் மறைக்காடனார். கண்டு மயக்கும்படி உள்ள இந்த வீட்டிலே வாழ ஆவிக்கு ஆசை அளவற்றதாக இருக்கிறது. 'வெறும் குருதியும் நரம்பும் எலும்பும் கூடின கூட்டந்தானே இந்த உடம்பு?' என்ற நினைவு யாருககும் வருவதில்லை. இதனிடம் தனி மோகங்கொண்டு அழகு செய்கிறார்கள். மற்றவர் உடம்பைக் கண்டும் மால் (ஆசை) கொள்ளுகிறார்கள்.

இந்த மாலை வைத்தது நினைக்க நினைக்க ஆச்சரியமாக இருக்கிறது.

கால்கொடுத்து இருகை ஏற்றிக்
கழிநிரைத்து இறைச்சி மேய்ந்து
தோல்படுத்து உதிர நீரால்
சுவர்எடுத்து இரண்டு வாசல்
ஏல்வுடைத் தாஅ மைத்துஅங்கு
ஏழுசா லேகம் பண்ணி
மால்கொடுத்து ஆவி வைத்தார்
மாமறைக் காட னாரே.

[பெருமையை உடைய திருமறைக் காட்டில் எழுந்தருளியிருக்கும் இறைவர், காலைக் கொடுத்து, இரண்டு கையை அமைத்து, கழிகளை வரிசையாக வைத்து, மாமிசத்தால் வேய்ந்து, தோலைப் பரப்பி இரத்தம் என்ற நீரால் குழைத்துச் சுவரை எடுத்து, இரண்டு வாசல்களைப் பொருத்தமுடையனவாக அமைத்து, அந்த வீட்டில் ஏழு சாளரங்களை வைத்து, கண்டு மயங்கும் வண்ணம் கவர்ச்சியையும் அதற்குக் கொடுத்து உயிரைக் குடியிருக்க வைத்தார்.

இது உருவகம். கால், கை என்பன இரண்டும் சிலேடையாக வீட்டில் உள்ள தூண்களையும் கை மரங்களையும் குறிக்கும் பெயர்களாகவும், உடம்பிலுள்ள கால்களையும் கைகளையும் குறிக்கும் பெயர்களாகவும் உள்ளன. கழி, சுவர், வாசல்,

சாலேகம் என்பன வீட்டிற்கு உறுப்பாகிய பெயர்களாகிக் குறிப்பால் எலும்பு, முண்டம், மலஜலங் கழிக்கும் உறுப்புக்கள், கண் முதலிய ஏழு உறுப்புக்கள் ஆகியவற்றை முறையே புலப்படுத்தின. கழி என்பதற்கு மாமிசம் என்ற பொருள் உண்டேனும், இறைச்சி என்று பின் வருவதனால் அது பொருந்தாது. இறைச்சி, தோல் என்பன உடம்புக்குரிய பொருள்களாய்க் கூரை, கூரையின்மேலே போடும் வைக்கோல் முதலியவை என்ற உருவகப் பொருள்களாகக் கொள்ள நின்றன. உதிர நீர் என்பது உடம்புக்குரிய பொருளை வீட்டுக்குரிய பொருளாக உருவகம் செய்தபடி. ஆகவே, இந்த உருவகத்தில் கால் கை என்பன சிலேடை வகையாலும், உதிர நீர் என்பது வெளிப்படையாகவும் உருவகமாகிய பொருளுக்கும் உருவகப்படுத்திய பொருளுக்கும் உரியவையாக நிற்கின்றன. கழி, சுவர், வாசல், சாலேகம் என்பன உருவகமாக வந்ததைச் சார்ந்தன; இறைச்சி, தோல் என்பன உருவகப்படுத்துவதைச் சார்ந்தன.

கால் - தூண், கால் என்னும் அங்கம். கை - கைமரம், கையாகிய அங்கம். ஏற்றி மேலே அமைத்து. கழி கோல். நிரைத்து- வரிசையாகப் பரப்பி. மேய்ந்து - வேய்ந்து; மேய்ந்து என்பது மரூஉமொழி. படுத்து - பரப்பி. ஏல்வு - பொருத்தம். இருவாசலையும் இணைத்து ஒன்று போல வைத்தமையால் 'உடைத்தாய்' என்று சாளரம். ஒருமையால் சொன்னார்; சாதியொருமை. சாலேகம் மால்- மயங்குவதற்குக் காரணமான கவர்ச்சி. மால் என்பது மயக்கத்தைக் குறிக்கும் சொல்; இங்கே அதற்குக் காரணமான கவர்ச்சியைக் குறித்தது; காரியவாகுபெயர். ஆவி - உயிர்.]

இது 33-ஆம் பதிகமாகிய திருமறைக்காட்டுத் திருநேரிசையில் நான்காவது பாட்டு.

பொருளும் அருளும்

"ஐயா, பிச்சை!" என்று கதறுகிறான் பிச்சைக்காரன். "ஒரு வருஷமாக வேலையில்லாமல் அல்லற்படுகிறேன். ஏதாவது உதவி செய்யவேண்டும்" என்று யாசிக்கிறார் ஒருவர். வெளிப்படையாகப் பிறருக்குத் தெரியாமல் சிலபேர் தம்முடைய யாசகத் தொழிலைக் கௌரவமாக நடத்தி வருகிறார்கள். எப்படியோ இறைவன் அத்தனை பேருக்கும் படியளந்து கொண்டுதான் இருக்கிறான்.

மகாத்மா காந்தியடிகள் செல்வர்களைப்பற்றி ஒன்று சொல்வதுண்டு. 'செல்வத்தை நம்முடைய சொந்த நன்மைக்காகவே இறைவன் தந்ததாக எண்ணிப் பிறருக்கு உபகாரம் செய்யாமல் வாழக்கூடாது. முதலாளிகளெல்லாம் தம்மிடம் இருக்கும் செல்வத்துக்குத் தாங்களே உரிமையாளர் என்ற நினைப் பொழிந்து தர்மகர்த்தாக்கள் என்ற முறையில் வாழவேண்டும். அப்படி இருந்தால் நாட்டில் பொருளாதார இடைஞ்சலால் மக்கள் துன்புற வேண்டிய நிலை இராது' என்று சொல்வது வழக்கம். பொருளுக்கு உரிமை கொண்டாடுவது கூடாது, அதைப் பிறருக்கும் வழங்கவேண்டும் என்ற இந்தக் கருத்தையே இந்த நாட்டில் பலகாலமாகப் பெரியோர்கள் வற்புறுத்தி வந்திருக்கிறார்கள்.

ஒரு செல்வர் தம்முடைய பிள்ளைகளில் ஒருவனிடம் நிறையச் செல்வத்தைக் கொடுத்து, "அப்பா, இதை நன்றாகப் பாதுகாத்து உனக்கு வேண்டியதைப் பயன்படுத்திக்கொண்டு உன் சகோதரர்களுக்கும் கொடுத்து வாழ்வாயாக" என்று சொல்லிச் செல்கிறார். அந்த மனிதன் அந்தச் சொத்து மற்றவர்களுக்கும் உரியது என்பதை மறந்துவிடுகிறான். அதை விட ஆச்சரியம், அதைத் தன் தந்தையார் வழங்கினார்

என்பதையும் மறந்து போகிறான். செல்வம் முழுவதையும் தானே பயன்படுத்திக் கொள்கிறான். இது முறையாகுமா? உலகில் பிறருக்கு உதவாத செல்வர்கள் இந்த முறையற்ற செயலையே செய்கிறார்கள்.

நல்லவர்கள் தாம் பெற்ற செல்வம் இறைவன் தந்ததென்று கருதி அறம் செய்வார்கள். இறைவன் செல்வர்களிடம் அவர்களுக்கே உரிமையாகப் பொருளைக் கொடுக்கவில்லை. நான்கு பேருக்குப் பயன்படும்படி பொதுவான இடத்தில் ஒரு பொருளை வைப்பதுபோல வைத்திருக்கிறான். இரக்கின்ற ஏழையருக்கு ஈயும் பொருட்டு அதை வைத்திருக் கிறான்.

இரப்பவர்க்கு ஈய வைத்தார்

(வறுமையினால் செல்வர்களிடம் வந்து ஈ இரப்பவர்களுக்குக் கொடுக்கும் பொருட்டாகவே அச் செல்வர்களிடம் பொருளை வைத்தார்.)

இரப்பவர்களிடம் இறைவனுக்குக் கருணை இருப்பதா னால் அவர்களிடமே பொருளைக் கொடுத்துவிடலாமே என்று தோன்றும். பல தொழிலாளர்கள் வேலை செய்தாலும் அவர்களுக்குள் ஆற்றலால் உயர்ந்தவனைத் தலைவனாக வைத்து அவனை ஏவும் அதிகாரியாக நியமிப்பது போல, புண்ணியம் செய்தவர்களுக்குப் பொருளை அளித்து ஏனைய வர்களுக்கு அளிக்கும்படி வைத்தான் இறைவன். இரப்பவன் கொடுப்பவனைக் கண்டு, தம் இருவருக்குக்குள்ளும் அமைந்த வேறுபாட்டுக்கு முற்பிறப்பிற் செய்த பாவ புண்ணியங்கள் காரணம் என்ற உணர்ச்சி பெற்றுப் புண்ணியச் செயல்களைச் செய்யும் நாட்டமுறுவான் அல்லவா? ஆகவே இரப்பவனுக்கு இழிநிலை இருந்தாலும் அதனால் வரும் துன்பத்தினின்றும் நீங்கும்படி அவனுக்குக் கொடுக்க ஒருவனை வைத்திருக்கிறான் இறைவன். கொடுக்கும் நிலையையுடையவன், சென்ற பிறவிகளிலே நல்வினை செய்தமையால் இந்தப் பிறவியிலே செல்வத்தைப் பெற்றான். இப்போது அச் செல்வத்தை இரப்பவர்களுக்கு ஈகிறான். இந்த

ஈகைக்குப் பயன் என்ன? தன்னிடம் கொடுத்த சொத்தைப் பிற பிள்ளைகளுக்கும் பகிர்ந்தளித்து வாழ்ந்த மூத்த மகனிடம் தந்தைக்கு அன்பு உண்டாகும். அப்படியே இரப்பவருக்கு ஈதலைத் தன் கடமையாகக் கொண்டு வாழ்ந்தவனுக்கு இறைவன் இந்தச் செல்வத்தினும் மேலான செல்வத்தைத் தருகிறான்; அருளை வழங்குகிறான். அந்த அருளால் ஆகாதது ஒன்றும் இல்லை. அதனினும் சிறந்த ஊதியமும் இல்லை.

ஈபவர்க்கு அருளும் வைத்தார்.

(தாம் வைத்த பொருளை இரப்பவர்க்கு அளிக்கும் செல்வர்களுக்கு, அந்த ஈகையின் விளைவாகத் தம் அருளை வழங்கினார்.

ஈதல் -உயர்ந்தோர் இழிந்தாருக்கு அளித்தல். இரப்பவர்களுக்கு அளிக்க ஈபவர்களிடம் பொருளை வைத்ததுபோல, ஈபவர்களுக்கு அளிக்கத் தம்மிடம் அருளை வைத்திருக்கிறார் என்றும் சொல்லலாம்.)

இரப்பவர்களுக்கு ஈயும்பொருட்டுத் தம்மிடம் இறைவன் பொருளை அளித்திருக்கிறான் என்ற உணர்ச்சியின்றி அவற்றைப் பிறருக்கு ஈயாமல் மறைத்து வைத்திருக்கிறார்களே, அவர்களை இறைவன் என்ன செய்வான்? அவர்களுக்கு நரக வாழ்வைக் கொடுக்கிறானாம். நல்வினை செய்வார்க்கு இன்ப வாழ்வாகிய சொர்க்கத்தையும் தீயன புரிவார்க்குத் துன்ப வாழ்வாகிய நரகத்தையும் வகுத்திருக்கிறான் அவன். மற்றத் தீவினைகள் செய்பவர் அடையும் நரகங்கள் ஒரு வகை. தம்மிடம் இறைவன் வைத்த பொருளை உரியவர்களுக்குக் கொடுக்காமல் மோசம் செய்கிறவர்களாகிய லோபியர்களுக்கோ கடுமையான நரகங்களை வைத்திருக்கிறானாம்.

கரப்பவர் தங்கட்கு எல்லாம்
கடுநர கங்கள் வைத்தார்.

(தம்பால் உள்ளபொருள் இரப்பவர்களுக்கு ஈயும் பொருட்டு இறைவனால் வைக்கப்பெற்றது என்பதை உணராமல், அதனைப் பிறருக்குக் கொடுக்காமல் மறைக்கிறவர்கள் யாவருக்கும் கடுமையான நரகங்களை அமைத்தார்.

கரப்பவர் - இரப்பவருக்குக் கொடுக்காமல் தம் பொருளை மறைத்து வைக்கும் லோபிகள்.)

ஈகையால் வரும் நன்மையையும், லோபத்தால் வரும் தீமையையும் பொது வகையிலே சொன்ன அப்பர் சுவாமிகள் உதாரணமுகத்தால் அவற்றை விளக்க வருகிறார்.

கங்கையிடம் நிறைய நீர் இருக்கிறது. அது வற்றாத ஆறு. பரந்து விரிந்த நீரை உடையது. நீராடுவாருக்கும் குடிப்பவருக்கும் பயன்படும்பொருட்டே அந்த நீர் இருக்கிறது. இறைவன் திருவருளால் குறைவில்லாத நீரைப் பெற்றிருக்கிறது கங்கை. அதற்குத் தன்பால் உள்ள செல்வமாகிய நீர், இரப்பவர்க்கு ஈயும் பொருட்டு இறைவன் வைத்தது என்ற நினைப்பு ஒருகால் இல்லாமற் போயிற்று.

பகீரதன் வந்து கங்கையை இரந்தான். அவனுக்கு ஈய மனம் வராமல் ஏதோ சாக்குப் போக்குச் சொன்னாள் கங்கா தேவி. இறைவன் கங்கையின் லோபத்தனத்தை உணர்ந்தான். பரந்து விரிந்து நின்ற கங்கை, தன் மனம் போனபடி அலைவீசி ஓடிய கங்கை, சிறைக்குட்பட்டது போலத் தன் சடையிலே ஒரு மூலையிலே அடங்கி முடங்கிக் கிடக்கும்படி வைத்துவிட்டான். கங்கைக்கு அது பெரிய தண்டனை அல்லவா?

பரப்புநீர்க் கங்கை தன்னைப்
படர்சடைப் பாகம் வைத்தார்.

(பரப்பாக விரிந்த நீரை உடைய கங்கையை படர்ந்த சடாபாரத்தின் ஒரு பகுதியிலே வைத்தார். பாகம் - பகுதி.)

ஈயாத லோபிக்கு இறைவன் தரும் தண்டனைக்கு இது சிறந்த உதாரணம்.

பொருளைப் படைத்த செல்வர்கள் ஈயென்று கேட்டால் கொடுக்க வேண்டுமென்றால், இறைவன் அருளைப் படைத்த செல்வனாயிற்றே; அவனைக் கேட்டால் அதைத் தருவானா?

"ஊராருக்கு ஒரு நீதி, தமக்கு ஒரு நீதி" என்று வாழும் தலைவர்களைப் போன்றவன் அல்ல அவன். என்றும் குறையாத பேரருளாகிய செல்வத்துக்கு உரிமையாளன் அவன். அதை அவன் கேட்டவர்களுக்கெல்லாம் கொடுக்கும் பெருவள்ளல். முன்பு தனக்கு ஆகாதனவற்றைச் செய்து விட்டுப் பின்பு வந்து ஈயென்று கேட்டாலும் அவனுடைய முன்னைச் செயல்களை மறந்துவிட்டு, இப்போது வந்து இரப்பது ஒன்றையே கருதி அருளை வழங்கும் பெருந்தன்மையை உடையவன் அவன். அதற்கு உதாரணம் வேண்டுமா?

இராவணன் வான் வழியே தன் தேரைச் செலுத்திச் சென்றான். கைலை மலையின்மீதே அந்தத் தேர் செல்லவில்லை. தன் தேரின் போக்குக்குத் தடையாக உள்ள கைலைக் குன்றத்தைப் பெயர்த்து எடுத்துவிடலாம் என்று அவ்வரக்கன் முயன்றான். இறைவன் மெல்லத் தன் கால்விரல் ஒன்றை அழுத்தினான். இராவணன் கைலையின் கீழே நசுங்கினான். அப்போது அவன் இறைவனைச் சாமவேதத்தால் பாடி இரந்தான். 'செருக்குற்று நம் மலையை எடுத்தவன் அல்லவா இவன்' என்று அவனுடைய தீய செயலை நினையாமல், அவன் இசைபாடி இரந்ததற்கு இரங்கி, இறைவன் அவனுக்கு உடைவாளும் முக்கோடி வாழ்நாளும் வழங்கினான். இதைக் காட்டிலும் பேரருள் உண்டா?

அரக்கனுக்கு அருளும் வைத்தார்
ஐயன்ஐ யாற னாரே.

(அரக்கனாகிய இராவணனுக்கும் அருளை வழங்கினார், மேலானவராகிய திருவையாற்றில் எழுந்தருளியிருக்கும் இறைவர்.

அரக்கனுக்கும் அருள் வைத்தார் என்று உம்மையைப் பிரித்துக் கூட்டவேண்டும். ஐயன் - தலைவன். ஐயாறனார் - திருவையாறு என்னும் தலத்தில் எழுந்தருளியிருக்கும் இறைவர்.)

இரப்பவருக்குக் கரவாமல் ஈயும் வண்மையாளருக்கு இறைவனும் தன்பாலுள்ள அருளைக் கரவாமல் ஈகிறான். கரப்பாருக்கு இன்னல்களை விளைவிக்கிறான். அவனுடைய அருஞ்செயல்களின் மூலமாகவும் இந்த முறையை உணர்ந்து கொள்ளலாம்.

இரப்பவர்க்கு ஈய வைத்தார்;
ஈபவர்க்கு அருளும் வைத்தார்;
கரப்பவர் தங்கட் கெல்லாம்
கடுநர கங்கள் வைத்தார்;
பரப்புநீர்க் கங்கை தன்னைப்
படர்சடைப் பாகம் வைத்தார்;
அரக்கனுக்கு அருளும் வைத்தார்;
ஐயன்ஐ யாற னாரே.

திருவையாறு சோழநாட்டில் உள்ள தலங்களில் ஒன்று. இங்கே அப்பர் சுவாமிகளுக்கு மிகுதியான ஈடுபாடு உண்டு.

இது 38-ஆம் பதிகத்தின் கடைசிப் பாட்டு.

சிறந்த கோயில்

உலகங்கள் பதினான்கு என்று சொல்வார்கள். மேலே ஏழு உலகமும் கீழே ஏழு உலகமும் உள்ளன என்று நூல்கள் கூறும். பிரபஞ்சங்களின் கணக்கோ எண்ணித் தொலையாது. விஞ்ஞானிகள், ஒவ்வொரு நட்சத்திரமும் ஒவ்வொரு சூரியன் என்றும், அந்தச் சூரியன் ஒவ்வொன்றையும் சுற்றிக் கிரகங்கள் இருக்கின்றன எனறும் சொல்கிறார்கள். மாணிக்கவாசகப் பெருமான்,

"அண்டப் பகுதியின் உண்டைப் பிறக்கம்
அளப்பருந் தன்மை வளப்பெருங் காட்சி
ஒன்றனுக்கு ஒன்று நின்றெழில் பகரின்
நூற்றொரு கோடியின் மேற்பட விரிந்தன"

என்று பாடுகிறார். நூற்றொரு கோடிக்கு மேலே அண்டங்கள் விரிந்துள்ளன என்று அவருடைய திருவாக்கிலிருந்து உணர்கிறோம்.

இத்தனையையும் நாம் கண்கூடாக உணர்வதில்லை. நம் கண்முன் இருக்கிற உலகத்தை நாம் ஓரளவு அறிந்திருக்கிறோம். மேல், கீழ், நடு என்று சொல்லும் மூவகை அடுக்கில் இது நடுவாக உள்ளது. புண்ணியத்தின் பயனையே நுகரும் சொர்க்க பூமியும், பாவத்தின் பயனையே நுகரும் நரகமும் போல இராமல் இரண்டையும் கலந்து நுகரும் இடம் இது. இரவும் பகலும், மேடும் பள்ளமும், குளிரும் வெப்பமும், இன்பமும் துன்பமும், உவகையும் அழுகையுமாக விளங்கும் உலகம் இது. அவரவர்கள் வினைப்பயனை நுகர்வதற்குப் பிற உலகங்களில் வாழ்ந்தாலும், முத்தியைச் சேர வேண்டும் எனின் இங்கே பிறந்து இறைவனுக்கு அன்பு செய்து, இருவினை யொப்பு,

மலபரிபாகம், சத்திநிபாதம் ஆகிய கைவரப் பெற்று, அவனருளால் ஞானமடைந்து முத்தியின்பத்தை அடைய வேண்டும் என்று சமய நூல்கள் சொல்லுகின்றன. ஆதலின் இவ்வுகலத்திற்குத் தனிப் பெருமை இருக்கிறது. இறைவனைத் தேவரும் பூசிப்பது உண்டென்றாலும் தமக்கு அவனால் உண்டாகும் பயன் ஒன்றைக் கருதி வழிபடுவதையன்றி அன்பினால் வரும் இன்பம் கருதி வழிபடுவதில்லை. உண்மையான அன்பர்களை நிலவுலகத்திலேதான் காணலாம். இறைவன் திருவுள்ளத்துக்கு உகந்தவர்கள் தேவர்கள் அல்ல; வேறு உலகங்களில் வாழ்வாரும் அல்ல; நிலவுலகில் வாழும் மக்களே. அவனுடைய அடியார்கள் இந்தச் சகத்தில் வாழ்பவர்களே. இந்தச் சகமன்றி அவனுக்கு உண்மையான அடிமைத் தன்மையை உடையது வேறு இல்லை.

சகமலாது அடிமை இல்லை.

சகத்தில் உள்ள அடியவர்களுக்கு இறைவனுடைய திருவடி ஒன்றே பற்றுக் கோடு. உண்மையான அன்பர்களை அடியார்கள் என்று சொல்கிறது பெருவழக்கு. இறைவனுடைய அடியைப் பற்றுக் கோடாகக் கொண்டிருப்பதுதான் அதற்குக் காரணம். இறைவன் திருமுன் அகந்தையொழிந்து பணிந்து நிற்கும் அடியார்களுக்கு அவனுடைய உறுப்புகளில் திருவடி ஒன்றே புலனாகும். அது அவர்களுடைய பிறவிப் பெருந் துயரைப் போக்கும் மருந்தாதலின் அதை விடாமற் பற்றுவார்கள். இறைவனைக் காட்டிலும் அவன் திருவடிகளே ஏற்றமுடையன என்று சொல்லும்படி அடியார்களின் திருவடிப்பற்று அமைந்திருக்கிறது.

"நின்னிற் சிறந்தநின் திருவடியவை"

என்பது பரிபாடல்.

தமக்கு எக்காலத்திலும் எவ்விடத்திலும் துணையாக நிற்பன எம்பெருமானுடைய திருவடிகளே என்று பற்றிக் கிடப்பது

சகத்தில் உள்ள அடியார்களின் இயல்பு. சகத்தை அடிமையாகக் கொண்டான் இறைவன்; அச்சகத்தில் உள்ளோர் அவன் திருவடிகளைப் பற்றுக் கோடாகப் பற்றி வாழ்கிறார்கள்.

சகமலாது அடிமை இல்லை;
தாள்அலால் துணையும் இல்லை.

அதோ போகிறாரே அவர் ஒரு பக்தர், மெய்யடியார்; நிலவுலகவாசிதான். இறைவன் தாளே என்றும் துணை என்று வாழ்கிறவர் அவர். இறைவனுக்கும் அவன் அடியார்களுக்கும் தொண்டு செய்வதையே தம் வாழ்க்கைப் பெரும் பயனாகக் கருதும் தொண்டர் அவர்.

காலையில் எழுந்து நீராடுவார். அப்பால் நந்தனவனம் செல்வார். அங்குள்ள மலர்களை நின்று நிதானமாகக் கொய்வார். மலர்களெல்லாம் அப்போதுதான் மலர்ந்து கொண்டிருக்கும். விடியற்காலையிலே மலரும் பருவத்தில் அவற்றைப் பறிப்பார். இந்தத் தொண்டை அவர் பல காலமாகச் செய்துவருகிறார். உண்பதை மறந்தாலும் மலர் கொய்யும் திருத்தொண்டை மறந்தறியார். அவருடைய விரல்களைப் பார்த்தால் அவர் செய்துவரும் தொண்டின் அடையாளம் இருக்கும். அவை மலர் மணம் வீசும். அது மட்டுமல்ல; இறைவனுடைய திருவடித் தொண்டிலே ஈடுபடுபவருக்கு மெல்ல மெல்லத் தீவினை தேய்வது போல, மலர் கொய்து கொய்து அவருடைய கை நகங்கள் தேய்ந்துவிட்டன. மெல்லிய மலராதலின் பலமுறை கொய்தாலும் எளிதில் நகம் தேயாது; நகம் வலியது. இந்த அடியாரோ கணக்கு வழக்கின்றி மலர் கொய்யும் வேலையில் ஈடுபட்டிருக்கிறார். அதனால் அவர் நகங்கள் தேய்ந்தன. எறும்பூரக் கல் குழியும் என்பார்கள். மலர் பறித்துப் பறித்து நகங்கள் தேய்ந்தன என்றால், அவர் பறிக்கும் மலர்களின் பேரளவை ஒருவாறு கற்பனை செய்து பார்க்கலாம். நகமெலாம் தேயும்படி கையினால் நாள்மலர்களைப் கொய்து வந்து இறைவனைப் பூசை செய்கிறார் அவர்.

மனிதனுக்கு மனிதன் உபசாரம் செய்வதனால் செய்பவனும் ஓர் எல்லைக்குள் நின்றுவிடுவான்; உபசாரத்தைப் பெறுகிறவனும் ஓர் அளவுக்குமேல் தாங்கமாட்டான். இறைவனுக்கு அப்படி இல்லை. எத்தனை மிகுதியாகப் பூசைக்குரிய பொருள்களைச் சேமித்துப் பூசை செய்தாலும், 'இனி இறைவன் தாங்கமாட்டான்' என்று சொல்லும் நிலை வராது. உள்ளங்கை நீரும் பச்சிலையும் இட்டுப் பூசித்தாலும் ஏற்கிறான். உலகில் உள்ள ஆறுகளையெல்லாம் கொணர்ந்து ஆட்டி, மலர்களை யெல்லாம் தொகுத்து அருச்சித்தாலும் ஏற்றுக்கொள்வான்.

அவரவர்களுடைய அன்பு நிலைக்கும் ஆற்றலுக்கும் ஏற்ற வகையில் பூசையின் விரிவு அமைந்திருக்கும்.

இங்கே இந்த அன்பருடைய அன்பு விரிந்து பரந்த இறைவன் உலகிலே படைத்திருக்கும் மலர்மரங்களும் செடி கொடிகளும் பல பல. மலைமலையாகப் பூவைத் தொகுத்து இறைவனுக்குப் பூசை செய்யவேண்டும் என்பது அவர் ஆசை. அன்பில்லாதவர்களுக்குப் பத்துப் பூப் பறித்தாலே சலித்துவிடும். அன்புடையவர்களுக்கு அப்படிச் சலிப்பு ஏற்படாது. அவர் பறித்துக் கொண்டே இருப்பார்.

இவ்வாறு நகமெல்லாம் தேயக் கையால் மலரைப் பறித்து இறைவனுக்குப் பூசை செய்யத் தொடங்குகிறார் அவர். அவனைத் தொழுது, அவன் திருநாமங்களைக் கூறி, மலர் தூவி அருச்சிக்கிறார். அவருடைய அன்புக்கு அவர் மலர் பறிப்பது அடையாளம்; அவர் கைநகம். தேய்ந்தது அடையாளம். ஆனால் அவற்றிற்கும் மேலாக ஓர் அறிகுறி உண்டு. அதுதான் அன்புக்கு உண்மையான அடையாளம்.

"அன்பிற்கும் உண்டோ அடைக்குந்தாழ்? ஆர்வலர்
புன்கணீர் பூசல் தரும்"

என்னும் அருமைத் திருக்குறளில் வள்ளுவர் அன்பை வெளிப்படுத்தும் அடையாளம் கண்ணீர் என்று சொல்கிறார்.

இறைவனிடம் அன்பு முதிர்ந்தவர்களுக்கு உள்ளம் கசியும்; முகம் மலரும்: கண்ணீர் பெருகும்.

"உடம்பெல்லாம் கண்ணாய் அண்ணா
வெள்ளந்தான் பாயாதால்"

என்ற மணிவாசகர் வாக்கில் இந்த அன்பின் அறிகுறியைச் சொல்கிறார்.

இந்த அடியார் நகமெலாந் தேய மலர் பறித்து இறைவனைப் பூசிக்கும்போது, உள்ளே உள்ள அன்புக் கடல் பொங்குகிறது; பொங்கி வழிகிறது. அவர் கண்களில் நீரூற்றுப் பெருகுகிறது. முகமெலாம் அந்தக் கண்ணீர் மல்குகிறது. இறைவன் திருமுன் வீழ்ந்து பணிந்து கதறிப் பாடியாடுகிறார். இத்தனை மலர்களைப் பறித்துத் தூவியும், "நான் ஒன்றும் செய்திலேனே!" என்று வேசாறிப் புலம்பி நைகிறார்; விம்முகிறார். இறைவனை நறுநீரால் ஆட்டிப் பூசை புரியும் அவருடைய திருமேனியும் அன்புக் கண்ணீரில் ஆடுகிறது. இறைவனுக்கு மாலையிட்டு வழிபடும் அவர் மேனியிலே கண்ணீர் மாலை மாலையாகச் சோர்கிறது.

கை நகம் தேயத் தம் அன்பைச் செயலிலே காட்டுகிறது பெரிதன்று. யாரேனும் பொருள் தருவதாக இருந்தால் கை முழுவதும் தேயும் வரையில் மலர் பறிப்பவர்கள் இருக்கிறார்கள். ஆதலின் அந்தச் செயலை மாத்திரம் கொண்டு அவருடைய அன்பை அளக்கக்கூடாது. உள்ளத்தே உள்ள அன்புக்கு உண்மை யான அடையாளத்தை இப்போது காண்கிறோம். மலரைக் கொய்வதிலும், அதனைத் தூவிப் பூசிப்பதிலும் அவரது அன்பு தோன்றினாலும், முகமெலாம் கண்ணீர் மல்க நிற்கும்போது தான், 'அது புறத்திலே மட்டும் அமையும் போலியன்பன்று; உள்ளங்கசிந்து வரும் உண்மையன்பு' என்பது புலனாகிறது.

அவர் வாழும் ஊரிலே திருக்கோயில் உண்டு. அங்கே இறைவன் எழுந்தருளியிருக்கிறான். அவர் வசிக்கும் வீட்டிலே அவர் வழிபடும் பூசையிடம் உண்டு. அங்கும் அவருடைய

ஆன்மார்த்த மூர்த்தியாக எழுந்தருளியிருக்கிறான். இந்த இரண்டிடங்களுக்கும் அவர் சென்று வழிபடுகிறார். யாருங் காண நாட்டுக் கோயிலிலும் வீட்டுப் பூசையிலும் இறைவன் இலங்குவது பெரிதல்ல. மற்றவர்கள் கண்ணுக்குத் தெரியும் காட்சிகள் இவை. ஆனால் பிறர் கண்ணுக்குப் புலனாகாமல் இறைவன் உறையும் திருத்தலம் ஒன்று இருக்கிறது. அந்த இடந்தான் இறைவன் தானே விரும்பி மேற்கொள்வது. அது தொண்டருடைய உள்ளக் கோயில்.

அண்டங்கள் அனைத்தும் அவன் ஆணையின்படி நடப்பன; ஆயினும் அவனுடைய அடியார்கள் வாழும் இடம் இந்த நிலவுலகம். இங்கே இறைவன் பல திருக்கோயில்களில் எழுந்தருளியிருக்கிறான். பிற உலகங்களை விட நிலவுலகத்திலே அவன் அருள் சிறப்பாகப் படர்கிறது. இந்த நிலவுலகத்தில் திருக்கோயில்களில் யாரும் வணங்கும்படி எழுந்தருளியிருக் கிறான். அடியார்களின் இல்லங்களிலும் பூசித்து வழிபடும் மூர்த்தியாக இருக்கிறான். அவற்றைக் காட்டிலும் சிறப்பாகத் தொண்டர்களின் அகத்தில் வீற்றிருக்கிறான்.

ஏனைய உலகங்களுக்கிடையே பூவுலகம் அவனுடைய திருக்கோயிலாக இருக்கிறது. பூவுலகத்திலும் ஆலயங்கள் அவனுக்குச் சிறந்த இருப்பிடமாக உள்ளன. ஆலயங்களினும் ஆன்மார்த்த பூசை புரியும் இல்லங்கள் சிறந்த கோயில்களாகத் திகழ்கின்றன. அன்பருடைய அகக் கோயிலோ, மற்ற எல்லாவற்றிலும் உயர்ந்ததாக நிலவுகிறது. அவன் உறையும் கருப்பக் கிருகம் அது என்றே சொல்லிவிடலாம். பிரபஞ்சம் முழுவதும் அவன் ஊர்; நிலவுலகம் அவன் தன் அன்பர்களுடன் தங்கும் வீடு; கோயில்கள் அவனுக்குரிய அறை; பூசையிடம் அவ்வறையில் அவன் அமரும் சூழல்; அன்பர் உள்ளம் அவன் திருமேனி படிய அமரும் ஆதனம்; இளைப்பாறத் தங்கும் பாயல்; ஆட்சிபீடமாகக் கொண்டு சிங்காதனம்; அருள் முழுவதையும் வஞ்சகமின்றி வெளிப்படுத்தும் இடம்.

நம்மை ஆளுடைய ஐயன் எல்லா அண்டங்களிலும் இருக்கிறான்; தன் அருளாணையினாலே அவற்றைப் புரக்கிறான். ஆனாலும் அவன் இருக்கும் நாடு பூவுலகம்; அவனுடைய இராசதானி ஐயாறு; அவனுடைய அரண்மனை அடியார் வாழும் இல்லம்; அவனுடைய சிங்காதனம் தொண்டருடைய உள்ளம். இப்படியும் கொள்ளலாம். அப்பர் சுவாமிகள் அருளிய வாக்கு இந்த வகையிலே நம்முடைய கற்பனையை விரிக்க இடம் கொடுக்கிறது.

சகம்அலாது அடிமை இல்லை;
தாள்அலால் துணையும் இல்லை;
நகம்எலாம் தேயக் கையால்
நாள்மலர் தொழுது தூவி
முகம்எலாம் கண்ணீர் மல்க
முன்பணிந்து ஏத்தும் தொண்டர்
அகம்அலால் கோயில் இல்லை;
ஐயன்ஐ யாற னார்க்கே.

[எங்களை ஆண்டருளும் கடவுளாகிய திருவையாற்றுப் பெருமானுக்குச் சகத்தில் உள்ளார் அல்லாமல் சிறந்த அடிமை செய்வார் இல்லை; அவர்களுக்கு அவன் தாளையன்றிச் சிறந்த துணையும் இல்லை; நகங்கள் யாவும் தேயும்படியாகக் கையினால் அன்றலர்ந்த மலர்களைத் தூவி, முகமுழுவதும் கண்ணீர் பரவ, இறைவன் திருமுன் வீழ்ந்து பணிந்து வாயார அவன் புகழ் பாடித் துடிக்கும் தொண்டர்களின் உள்ளமன்றி வேறு சிறந்த கோயில் இல்லை.

சகம் - நிலவுலகம்; தோன்றுதலும் அழிதலும் உடைமையால் இப்பெயர் பெற்றது. அடிமை தொண்டு செய்யும் தன்மை; இங்கே அதனை உடையாருக்கு ஆயிற்று. தாள் - திருவடி. நகம் - கைநகம். நாள்மலர் - அன்றலர்ந்த மலர். கையால் மலர் தூவி என்றாரேனும் தேய என்று சொன்னமையால் மலரைக் கொய்து தூவி என்று குறிப்பாற் பெற வைத்தார். மலக - நிரம்ப. அகம் - உள்ளம்.

அடிமை, துணை, கோயில் என்பன அவ்வினங்களிற் சிறந்தவற்றைச் சுட்டி நின்றன. தேவர் முதலிய ஏவலர் இருப்பினும் பூவுலகத்து மக்களே சிறந்த அடியார்; சுற்றத்தார், நண்பர் ஆகிய துணைஇருப்பினும் இறைவன் தானே சிறந்த துணை; ஆலயங்கள் இருப்பினும் தொண்டருடைய அகமே சிறந்த கோயில் என்பது கருத்து.

சகம் அலாது என்பதனால் பிற உலகங்கள் இருத்தலையும் அவற்றுள் நிலவுலகம் சிறந்து நிற்பதையும் உணர்கிறோம். ஐயாறனார் என்பதனால் அந்தச் சகத்தில் இறைவனுக்குச் சிறந்தவை திருத்தலங்கள் என்பது புலப்படுகிறது. தொழுது தூவி என்றமையால் அப்பூசை நிகழும் இல்லம் இறைவனுக்கு உகந்தது என்று குறிப்பிடுகிறார். அவை யாவற்றிலும் உயர்நிலையாகத் திகழ்வது தொண்டர் அகம் என்றார்.]

இப்பாசுரம், 40-ஆவது திருப்பதிகத்தில் எட்டாவது திருப்பாடல்.

ஐயாறன் அடித்தலம்

அன்பர்களுக்கு இறைவனுடைய திருவடியிலே காதல் மிகுதி. அதைக் கண்டு களிப்பதும் அதன்கண் வீழ்ந்து பணிவதும் அதற்கு அருச்சனை புரிவதும் அதன் புகழே பாடுவதும் அவர்களுக்கு இயல்பு. மக்களுக்குப் பற்றுக் கோடாக இருப்பது அடியேயாதலின் வள்ளுவரும் கடவுள் வணக்கத்தில் அவ்வடியைப் பற்றியே பெரும்பாலும் சொன்னார். திருநாவுக்கரசு நாயனார் திருவையாற்றில் எழுந்தருளியுள்ள இறைவனது திருவடியைப் பாடத் தொடங்கினார். ஒவ்வொரு திருப்பதிகத்திலும் பத்து அல்லது பதினொரு பாடல்கள் அமைந்திருப்பது வழக்கம். ஆனால் ஐயாறன் அடித்தலத்தைப் பாடத் தொடங்கிய அப்பர் இந்த வரையறையையே மறந்தார். பத்துப் பாட்டுக்கு மேலும் பாடிக்கொண்டே போனார். பதினொன்று, பன்னிரண்டு, பதின்மூன்று என்று பதிகம் வளர்ந்துகொண்டே போயிற்று. இருபதாவது பாட்டில் வந்து நின்றது. இந்த இருபது பாடல்களும் மிகவும் அற்புதமானவை.

காரியாலயத்திலே நெடுநேரம் வேலைசெய்த ஒருவனுக்குத் தன் வீட்டுக்குப் போகவேண்டும் என்ற ஆசை உண்டாகிறது. வீட்டுக்கு வருகிறான். இளைப்பாற எண்ணும் அவன் அதற்குரிய அறைக்குச் செல்கிறான். அங்கே போனால் அவனை அறியாமலே தூக்கம் வருகிறது. அப்படி உலக நினைவிலிருந்து விலகி இறைவனுடைய திருக்கோல நினைவிலும் திருவருள் நினைவிலும் இன்பம் காணுகிறவர்கள் அன்பர்கள். அவற்றுள்ளே திருவடி நினைவிலே எல்லா வற்றையும் மறந்து இன்பத் துயில் புரிவது அவர்களுக்கு இயல்பு.

இறைவன் ஆதியும் அந்தமும் இல்லாதவன். அவனுடைய திருவடிகளும் அப்படியே தோற்றமும் முடிவும் இல்லாதன. ஆனால் தாமே எல்லாப் பொருட்கும் தோற்றமும் ஈறுமாய் நிற்பவை. மக்கள் எடுக்கும் உடம்புக்குத் தோற்றம் உண்டு; இறப்பு உண்டு. பிறவா யாக்கைப் பெரியோனாகிய இறைவன் அடிமலர்களுக்கு அவ்விரண்டும் இல்லை.

எழுவாய் இறுவாய் இலாதன.

(தோற்றமும் முடிவும் இல்லாதன. எழுவாய் - தோற்றம். இறுவாய் - முடிவு.)

மக்களுக்கு வரும் நோய் அளவற்றவை. அந்த நோய்களால் அவர்கள் படும் துன்பங்களும் அளவற்றவை. நோய்கள் யாவும் உடம்பினால் வருபவை. மனநோய் என்று சில நோய்களை வகுத்திருக்கிறார்கள். அவையும் உடம்பிலே துன்பத்தை ஏற்றுபவை. இந்த நோய்களைத் தீர்ப்பதற்குரிய மருத்துவ முறைகள் இருக்கின்றன. தீராத நோய்கள் என்று சிலவற்றைச் சொல்வதுண்டு. அவைகூட உடம்பு அழிந்தால் உடம்போடு போய்விடும். ஆனால் உண்மையிலே தீராத நோய்கள் இரண்டு உண்டு. உள்ளத்தையும் உடலையும் பற்றிய நோய்களைப் போன்றவை அல்ல அவை; உயிரையே பற்றியவை. இறப்பென்றும் பிறப்பென்றும் சொல்லப் பெறு வனவே அந்த நோய்கள். பிறப்பென்னும் நோயால் வருவது உடம்பு; அந்த உடம்புக்கே இந்த நோய்கள் வருகின்றன. உடம்பாகிய நிலைக்களம் போய்விட்டால் நோய்களுக்கு இடமே இராது. ஓர் உடம்பு அகன்றால் அதனோடு தொடர்புடைய நோய்கள் போய்விடும். ஆனால் மற்றோர் உடம்பு வந்துவிடுகிறது. ஓர் உடம்பை விட்டு உயிர் செல்வதை இறப்பென்றும், வேறு ஓர் உடம்பிற் புகுவதைப் பிறப்பென்றும் சொல்கிறோம். இவ்விரண்டும் உடம்பை விட்டு உடம்பு புகும் உயிருக்கு அமைந்த இரண்டு தீராத நோய்கள்; பெருநோய்கள். இவற்றிற்குரிய மருத்துவம் செய்பவர்கள் இவ்வுலகில் இல்லை.

ஆங்கிலத்தில், "மருத்துவரே, உம்முடைய நோயை முதலில் தீர்த்துக் கொள்ளும்" என்ற ஒரு பழமொழி வழங்கும். இறப்பும் பிறப்பும் ஆகிய இரண்டு பெரும்பிணிகளையும் தீர்க்க மற்றப் பிணிகளைத் தீர்க்கும் மருத்துவர்களுக்கு ஆற்றல் இல்லை. அவர்களே அந்தப் பிணிகளுக்கு உட்பட்டு உழன்று துன்புறுகிறவர்கள். யார் அந்த நோய்களினின்றும் அகன்று நிற்கிறவரோ அவரே அவற்றுக்குரிய மருத்துவத்தைச் செய்யும் ஆற்றல் படைத்திருப்பார்.

ஐயாறன் அடித்தலம் அவ்விரண்டு பிணிகளுக்கும் அப்பாற்பட்டவை. ஆதலின் தம்மை அடைந்தாருக்கும் மிகக் கொடியனவாக அமைந்த இரண்டு பிணிகளையும் நீக்கிச் சிறிதும் தவறாத மருந்தாகத் திகழ்கின்றன.

வெங்கட் பிணிதவிர்த்து
வழுவா மருத்துவம் ஆவன.

(கொடுமையான நோய்களைப் போக்கி, பயன் தருதலில் சிறிதும் தவறாத மருந்தாக இருப்பவை.

வெங்கண் - கொடுமையையுடைய; பிணி - நோய்; இங்கே இறப்பையும் பிறப்பையும் குறித்தது. வழுவா - தவறாத. மருத்துவம் - வைத்தியர்; இது இங்கே மருந்தைக் குறிக்க நின்றது; ஆகுபெயர்.)

உடம்பை எடுப்பதும் விடுப்பதுமாகிய நோய்களுக்குக் காரணமாக இருப்பவை உயிர்கள் செய்யும் இருவினைகள். நல்வினை, தீவினை என்னும் அவ்விரண்டினாலும் உயிர்கள் மாறி மாறிப் பிறந்து வாழ்ந்து இறக்கின்றன. மிகவும் கொடிய தீவினைகள் செய்தால் இம்மை நீங்கின் நரகத்தில் அவ்வினைக் கூரிய தண்டனைகளைப் பெறுகின்றன. உயிர்களுக்குப் பருவுடம்பு என்றும் நுண்உடம்பு என்றும் இருவகை உடம்புகள் உண்டு. பருவுடம்பை எடுத்து உலகத்தில் வாழ்வு நடத்துகின்றன. இறப்பும் பிறப்பும் இவ்வுடம்போடு தொடர்புடையன. நுண் உடம்புக்கும் நோய் உண்டு. நரகத்தில் துன்பமும், சொர்க்கத்தில் இன்பமும்

அடைவது அந்தச் சூட்சும சரீரமே. தீவினைகளைச் செய்யும் உயிர்களைப் பெரிய நரகக் குழியிலே தள்ளும் காரியத்தை இறைவன் திருவடிகளே செய்கின்றன. ஆனால் அவற்றையே பற்றாகப் பற்றிக்கொண்டால் நரகக் குழியில் விழுந்த உயிர் களையும் அத்துன்பத்திலிருந்து மீட்கும் அருளை உடையவை அவை.

...........மாநர கக்குழிவாய்
விழுவார் அவர் தம்மை வீழ்ப்பன; மீட்பன.

(பெரிய நாகமாகிய குழிகளில் வீழ்ந்து துன்புறுபவர்களாகிய அவர்களை அவற்றில் வீழும்படி செய்வனவும் அவைகளே; அவற்றினின்றும் மீட்பனவும் அத்திருவடிகளே. வீழ்ப்பன - வீழச் செய்வன.)

உள்ளத்திற்கும் உடம்புக்கும் உயிருக்கும் வரும் துன்பங்களைத் திருவடிகள் போக்கும். துன்பத்தைப் போக்குவதோடு நிற்பன அல்ல அவை; மேலும் இன்பத்தை உண்டாக்குபவை. மருத்துவன் நோயாளிக்கு மருந்துகளைக் கொடுத்து நோயை ஒழித்து விடுகிறான். நோய் நீக்கினாலும் அதனாற் பற்றப் பெற்றவன் மெலிவாக இருப்பான். அதன்பின் அவனுக்கு உடம்பு வன்மை அடையும் மருந்துகளைத் தந்து நன்கு உண்ணுதல், உறங்குதல், பிற நுகர்ச்சி ஆகியவற்றால் இன்பம் அடையச் செய்வான். முன்னைய முறை துன்ப நீக்கம்; பின்னையது இன்ப ஆக்கம்.

திருவடிகள் உயிர்களுக்குச் செய்யும் மருத்துவம் இப்படி இரண்டு நிலைகளை உடையன. வெங்கட் பிணி தவிர்த்து, நரகக் குழியினின்றும் மீட்பதோடு, இன்பமும் அருளுகின்றன. அளவுக்கு அடங்காத அன்பை உடையவர்களுக்கு இனிமையாக இருக்கின்றன. அவ்வன்பர்கள் அன்பினால் அழுகிறார்கள். அழுகை அன்பின் மிகுதிக்கு அடையாளம். அவர்களுக்கு அமுதம்போல இனிப்பவை இறைவன் அடித்தலங்கள்.

.........மிக்க அன்போடு
அழுவார்க்கு அமுதங்கள் காண்கஐ யாறன் அடித்தலமே.

மிகுதியான அன்போடு அழுபவர்களுக்கு அமுதங்களைப் போன்றவை, ஐயாறனுடைய அடிகளாகிய இடம்.)

உயிரிலே இன்பம் பாய்ச்சுவன ஆகையால் அமுதம் என்றார்.

எவ்வுயிர்க்கும் ஆதியாய் அந்தமாய் நின்று உயிர்களுக்கு வரும் தோற்றமும் இறுதியும் தமக்கு இல்லாதனவாய், உயிர்களிடத்தும் அந்த இரண்டையும் நீக்கி, சூட்சும உடம்புக்கு வரும் துன்பமாகிய நரக வேதனையையும் மாற்றி, என்றும் சாவாத இன்பத்தைத் தரும் பேரமுதமாக இலங்குவன, திருவையாற்றில் உள்ள எம்பிரானுடைய திருவடிகள் என்று பாடி மகிழ்கிறார் அப்பர்.

எழுவாய் இறுவாய் இலாதன; வெங்கட் பிணி தவிர்த்து
வழுவா மருத்துவம் ஆவன; மாநர கக்குழிவாய்
விழுவார் அவர்தம்மை வீழ்ப்பன, மீட்பன; மிக்க
அன்போடு அழுவார்க் கமுதங்கள் காண்க, ஐ யாறன்
அடித்தலமே,

இது *92*-ஆம் பதிகத்தில் ஐந்தாவதாக அமைந்த திருப்பாட்டு.

விண்ணப்பம்

யாருக்கும் இல்லாத அடையாளங்கள் சிவபெருமானிடத்தில் இருக்கின்றன. மற்றவர்களெல்லாம் அழகும் உயர்வும் உடைய பொருள்களைத் தமக்கு ஆடையாகவும் அணியாகவும் இருப்பிடமாகவும் கொண்டிருப்பார்கள். சிவபெருமானோ இதற்கு மாறாக, அழகற்றனவும், அச்சத்தைத் தருவனவும், உலகத்தாரின் இகழ்ச்சிக்குரியனவுமாகியவற்றைக் கொண்டிருக்கிறான். அவனுக்கு இயல்பாகவே அழகும் உயர்வும் இருப்பதனால் அணியாலும் ஆடையாலும் புதிய அழகும் மதிப்பும் வரவேண்டும் என்பது இல்லை. அவன் ஏற்றுக்கொண்ட இழிந்த பொருள்கள் யாவும் அவனுடைய தொடர்பினால் உயர்ந்த பொருள்கள் ஆகிவிடுகின்றன.

இறைவன் தன் திருக்கழுத்தில் ருத்திராட்சமாலை தரித்திருக்கிறான். அவன் திருவிழியில் கருணையினால் தோன்றிய நீர்த்துளிகள் ருத்திராட்சங்கள் ஆயின. ருத்திரனுடைய கண்ணிலே தோன்றியவை என்ற பொருளுடையது ருத்திராட்சம் என்ற தொடர். கண்ணுக்கு அழகு தருவது கருணைப் பார்வை. அக் கருணையைக் சாட்டுவது அதில் தோன்றிய துளிகள். அவற்றின் உருவமாகிய ருத்திராட்ச மணிகளை இறைவன் அணிந்திருப்பது அவன் கருணையையே அணியாக உடையவன் என்பதைக் காட்டுகிறது. அந்தக் கருணையுருவாகிய ருத்திராட்சத்தைச் சிவனடியார்கள் அணிந்து இன்புறுகிறார்கள். இறைவனுடைய கருணையையே தாரகமாக உடையவர்கள் அல்லவா?

ருத்திராட்சத்துக்குக் கண்டி என்றும் ஒரு பெயர் உண்டு. கண்டம் என்பது கழுத்துக்குப் பெயர். அதில் அணிவதாதலின்

கண்டி என்ற பெயர் வந்தது. மகர கண்டி, பொற்கண்டிகை என்று வழங்குவதைக் காண்க. கழுத்தில் அணியும் மாலைகள் பலவற்றிலும் சிறந்தது ருத்திராட்சம். சிறந்த ஒன்றை அடையின்றிச் சொல்வது உலக வழக்கு. பூ என்று சொன்னால் எல்லாப் பூக்களிலும் சிறந்த தாமரைப் பூவையே குறிக்கும். எவ்வித அடையும் இன்றிக் கண்டி என்றால் எல்லாவற்றினும் சிறந்த ருத்திராட்சத்தைக் குறிக்கும். இறைவனுடைய திருக் கழுத்தில் கண்டி அழகு செய்கிறது. இறைவன் தனக்கு ஓர் அணி அணியும் அவசியம் இல்லாதவன்; உருவமே இல்லாதவன். ஆயினும் அவன் உருவத்துக்குள் அமைந்து அன்பர்களுக்குக் காட்சி தருகிறான். அந்தத் திருமேனி பல ஆடைகளுக்குள்ளும் அணிகளுக்குள்ளும் அமைந்து விளங்கு கின்றது. அவன் திருக்கழுத்துக் கண்டிக்குள்ளே பொருந்தி இலங்குகிறது.

கண்டியுட் பட்ட கழுத்துடையீர்!

(ருத்திராட்ச மாலையைப் புறத்தே அணிந்து அதற்குள் அமைந்து திகழும் திருக்கழுத்தை உடையவரே!

கண்டி - ருத்திராட்சமாலை. உட்பட்ட - அதனைப் புறத்தே அணிந்து அதற்குள் தான் பொருந்தித் தோன்றிய.)

இறைவன் வீடுதோறும் பிச்சை வாங்கி உண்கிறானாம். தன்னை நாடி வந்து அன்பு செய்ய வேண்டிய உயிர்களுக்கு, அந்தச் சிரமத்தைக் கொடுக்காமல் அவர்களை நாடிச் சென்று அன்பாகிய பிச்சை கேட்கிறான். அந்தப் பிச்சையை ஏற்கும் பாத்திரம் பிரமகபாலம்; பிரமனுடைய மண்டையோடு. உயிர்களின் பிறப்புக்கும் வாழ்க்கைக்கும் இறப்புக்கும் மூலக் கருவாக நிற்பது வினை; அதை விதியென்றும் சொல்வதுண்டு. அந்த விதியின் அடையாளமாகிய எழுத்து, தலையில் இருப்பதாகச் சொல்வது ஒரு மரபு; தலையெழுத்து என்று சொல்வார்கள். கபாலத்தைக் கண்டவர்கள் தலையெழுத்தை நினைத்துக் கொள்வார்கள். உடம்புகள் எரிந்து கரிந்து எலும்பாகும் கரிகாட்டில் எலும்புகள் உடம்பு நிலையாது

என்ற உண்மையைக் காட்ட, கபாலம் எல்லாவற்றிற்கும் காரணமான விதியை நினைப்பூட்டுகிறது. விதிப்பவன் பிரமன். உயிர்கள் செய்யும் வினைகளுக்கு ஏற்ப இன்ப துன்பங்களை நுகரும்படி அமைக்கும் வரையறையே விதி. அந்தக் கணக்கைப் பார்த்து எழுதும் கணக்கப்பிள்ளை பிரமன். அதனால் அவனுக்கு விதி என்றே ஒரு பெயர் உண்டு. அவன் எல்லார் தலையிலும் எழுதுகிறான்; அவன் தலையில் எழுதுகிறவன் இறைவன். விதிக்கும் விதியாக நிற்பவன் இறைவன். பிரமனைப் பிறவியைத் தரும் கடவுள் என்று சொல்கிறோம். "அப்பா, உன் தலையெழுத்தை எழுதும் பிரமாவின் தலையெழுத்து என் கையில் அமைந்திருக்கிறது. அவனையே அழித்துத் தலையோட்டைத் திருப்பிவிட்டேன். அவனால் வரும் பிறவி நோயையும் தீர்ப்பேன். நீ உன் அன்பைத் தா" என்று கேட்கிறான் இறைவன்.

உடம்பு ஒரு வண்டியைப் போன்றது. உயிர் வாழ்க்கையை ஜீவயாத்திரை என்று சொல்வதுண்டு. யாத்திரைக்கு வண்டி வேண்டாமா? ஆகவே இதை அப்பர் சுவாமிகள் வண்டி என்றே சொல்கிறார். பழுதுபட்ட வண்டியை மூலையிற் போட்டு விடுவார்கள்; இந்த வண்டியைச் சுடுகாட்டில் எரித்துவிடுவார்கள். அப்போது எரியாமல் எஞ்சி நிற்பது மண்டையோடு; கபாலம். அதை இறைவன் தன் பிச்சைப் பாத்திரமாக, பரிகலமாகத் திருக்கரத்தில் ஏற்றுக் கொண்டிருக்கிறான்.

.....கரி காட்டில்இட்ட
பண்டியிற் பட்ட பரிகலத்தீர்!

(சுடு காட்டிலே கொண்டுபோய் இட்டுக் கொளுத்தின உடம்பாகிய வண்டியில் அமைந்திருந்த கபாலமாகிய பாத்திரத்தை உடையவரே!

கரிகாடு - கரியும் காடு; சுடுகாடு, பண்டி - வண்டி. பட்ட - அமைந்த; தோன்றிய எனலும் ஆம். பரிகலம் பாத்திரம்;

இறைவன் திருக்கரத்தில் உள்ள பிரமகபாலத்தைச் சுட்டியபடி.)

இறைவன் கருணைக்கு அடையாளமாக இருப்பது ருத்திராட்சம். அவனுடைய அழியாமைக்கும், பிறப்பை அறுக்கும் ஆற்றலுக்கும், எளிமைக்கும் அடையாளமாக இருப்பது கபாலம். கருணையும் பிறப்பறுக்கும் வன்மையும் ஆருயிர்களின்பால் எளியனாக வந்து வலிய அருள் செய்யும் பெருமையும் உடைய இறைவனிடத்திலே ஒரு விண்ணப்பம் செய்து கொள்ளுகிறார் அப்பர். "இறைவரே! நான் உம்மை மறந்தாலும் தேவரீர் என்னை மறவாமல் ஆட்கொள்ள வேண்டும்" என்று வேண்டிக் கொள்கிறார்.

மனிதன் சுகத்தை நுகரும்போது அதைத் தனக்கு வழங்கியவனை மறந்துவிடுகிறான். நன்றாக வயிறாரச் சாப்பிட்டால் அந்த நிறைவிலே ஒரு விதமான மயக்கத்தை அடைந்து நினைக்க வேண்டிய கடவுளை மறந்து போகிறான். உணவு கிடைக்காத பட்டினியில் அவன் வாடும்போதும் இறைவன் நினைப்பு வருவதில்லை. பசியினால் அல்லற்படும் போது, "சோறு, சோறு" என்று பறக்கிறான். அவனுக்குச் சோற்றைத் தவிர வேறு ஒன்றுமே நினைவில் இருப்பது இல்லை. ஆகவே பட்டினி கிடக்கும்போதும் இறைவனை மறந்து விடுகிறான். அப்படியே நோயால் தவிக்கும்போதும் அந்த நோயால் வரும் துன்பத்திலே வாடி, இது தீருமா என்ற நினைப்பையன்றி வேறு எண்ணாமல் இருக்கிறான். அப்போதும் இறைவனை நினைப்பதில்லை.

தூங்கும்போது எல்லாவற்றையும் மறந்து போகிறான் மனிதன். 'யமனுடைய தலை வாசலில் நிற்கிறோமே' என்ற கவலை இருந்தால் அவன் தூங்குவானா? 'யமனால் வரும் துன்பத்தைப் போக்கும் இறைவன் அருளை இன்னும் பெறவில்லையே!' என்ற ஏக்கம் இருந்தால் அவன் தூங்க முடியுமா? அவற்றையெல்லாம் நினைக்காமலே அவன் தூங்குகிறான். இவ்வளவுக்கும் காரணம் என்ன?

மனிதன் ஐந்து பேர்களுக்கு அடிமையாக இருக்கிறான். அந்த ஐந்து பேர்களும் அவனைக் கொள்ளையடிக்கிறார்கள். அவனிடத்தில் சிறிதளவு பக்தி தோன்றினாலும் அதை உடனே கைப்பற்றி மறைத்துவிடுகிறார்கள். எந்தக் காலத்திலும் மனிதனுக்கு விரோதிகளாக, அவன் துன்புற்றாலும் இன்புற்றாலும் அவனுடன் இருந்து அவனை அலைத்து அவன் வாழ்வை நரகமாக்கி விடுகிறார்கள். அவர்கள் அடிக்கிற கொள்ளையில் இறைவனை நினைக்கவே முடியாது. அந்த ஐவர் மெய் வாய் கண் மூக்குச் செவியாகிய ஐந்து பொறிகள். இந்திரியங்களாகிய இவர்களை அடக்காமல் மனிதன் உய்வது என்பது இயலாத காரியம்.

இவற்றையெல்லாம் எண்ணி அப்பர் இறைவனிடம் விண்ணப்பம் செய்கிறார். "கருணையும் எளிமையும் உடைய பெருமானே! உம்மை நான் மறவாமல் நினைக்க முடிவதில்லை. உண்டாலும் மறக்கிறேன். பட்டினி கிடந்தாலும் மறக்கிறேன். நோய்வாய்ப்பட்டாலும் மறக்கிறேன். உறங்கினாலும் மறந்து போகிறேன். ஐவர்கள் அடிக்கும் கொள்ளையிலே பட்டு மறக்கிறேன். இப்படி உம்மை நினைக்காமல் மறந்தாலும் தேவரீர் அடியேனை மறவாமல் திருவுள்ளத்திற் கொண்டருள வேண்டும்" என்று சொல்கிறார்; திருவீழி மிழலையில் எழுந்தருளியிருக்கும் சிவபெருமானிடம் கூறுகிறார்.

கண்டியிற் பட்ட கழுத்துடையீர்!
கரி காட்டில்இட்ட பண்டியிற் பட்ட
பரிகலத் தீர்! பதி வீழிகொண்டீர்!
உண்டியில், பட்டினி, நோயில்,
உறக்கத்தில், உம்மைஐவர் கொண்டியிற்
பட்டு மறக்கினும் என்னைக் குறிக்கொண்மினே!

[ருத்திராட்சம் அணிந்த திருக்கழுத்தை உடையவரே! பிரம கபாலத்தைக் தரித்தவரே! இருக்கும் இடமாகத் திருவீழிமிழலையைக் கொண்டவரே! அடியேன் உணவு உண்ணும் போதும் பட்டினியிலும் நோயிலும் உறக்கத்திலும்

ஐம்பொறிகள் இடும் கொள்ளையிலே அகப்பட்டுத் தேவரீரை மறந்தாலும் தேவரீர் அடியேனை மறவாது நினைத்துக்கொள்ளுங்கள்.

பதி - இருக்கும் ஊர். வீழி - திருவீழிமிழலை; சோழநாட்டுத் தலம். மிழலை என்பது ஊர்ப்பெயர். வீழி என்னும் கொடியைத் தலவிருட்சமாக உடைமையால் வீழி மிழலையாயிற்று. வீழியென்று சுருங்கச் சொன்னார்; நாமைகதேசம். உண்டி - உணவு. பட்டினியில், நோயில் என்று தனித்தனியே பிரித்துச் சொல்வது சிறப்பு. குறிக்கொண்மின் - நினைவு வைத்துக்கொள்ளுங்கள். இது குறிப்பாக நின்று, அருள் செய்யவேண்டும் என்ற கருத்தைப் புலப்படுத்தியது.]

இது, 95 -ஆம் பதிகத்தின் ஆறாவது திருப் பாட்டு.

'இப்போதே எழுதி வை'

வருமுன் காத்தல் எப்போதுமே நல்லது. பசிக்கும் போது அரிசி வாங்கிச் சமைக்கலாம் என்றிருப்பது தவறு; அரிசி வாங்கிச் சமைத்து வைத்திருந்தால்தான் பசிக்கு உதவும். "யமனுடைய தூதுவர்கள் என் உயிரைப் பிரித்துச் செல்வார்கள்; இந்த உடம்பை வீழ்த்தி விடுவார்கள். அதற்கு முன்பே எனக்கு அருள் செய்யவேண்டும்" என்று அப்பர் சொல்கிறார், இறைவனை நோக்கி.

"நான் என்ன செய்யவேண்டும்?"

"உன் திருவடி ஒன்றுதான் யம பயத்தைப் போக்கும் என்று உணர்ந்து கொண்டேன். ஆதலால் அது என் நெஞ்சிலே காவலாக இருந்தால் அந்த அச்சம் இராது."

"அதை நெஞ்சில் தியானிக்கலாமே!"

"நானாக அதனைத் தியானிக்கவேண்டும் என்று முயன்றால் போதாது. நின்னை நினைப்பதற்கும் நின் அருள் வேண்டும். நீ உன்னை நினைப்பித்தால் நான் நினைக்கிறேன். உன் திருவடியை என் நெஞ்சிலே வைத்தால் அதனை நான் பற்றிக்கொள்ள முடியும்."

"நீ இப்போது என் திருவடியை நினைந்துதானே பேசுகிறாய்?"

"இப்படி நினைப்பது போதாது. மிக வேண்டியவர்களின் உருவத்தைக்கூட வேண்டும் பொழுது நினைத்தால், அது தெளிவாக மனத்தில் வருவதில்லை. ஆகவே உன் திருவடி மின்னல் தோன்றி மறைவது போல உள்ளத்தில் தோன்றி மறைவதில் பயன் இல்லை. எப்போதும் என் மனத்தில்

நிலையாக நிற்கவேண்டும். எழுதி வைத்தது போலச் சிறிதும் சலனமின்றி இருக்கவேண்டும்."

"அப்படி இருப்பதற்குரிய முயற்சியை நீ செய்யலாமே!"

"அப்படி ஏழையேனால் செய்ய இயலாது அப்பனே! நீயாகத் திருவுள்ளம் கொண்டு என் நெஞ்சத்து உன் தாள் எழுதி வைத்தால்தான் அது அங்கே நிலைநிற்கும்."

"இன்னும் சில நாட்கள் செல்லட்டும். இந்தப் பிறவி ஒழிந்த பிறகு எழுதி வைக்கிறேன்."

"ஐயோ! அது வேண்டாம். இம்மையிலேயே உன்தாளை என் நெஞ்சத்தில் எழுதிவிட வேண்டும் வெம்மையான சொல்லும் செயலுமுடைய நமனுடைய ஏவலாளர் மிகுதியாக வந்து என் உடம்பை விழுத்துவதற்குமுன் இப்போதே அந்தக் காரியத்தைச் செய்தருள வேண்டும்."

"அப்புறம் செய்தால் என்ன?"

"இப்போது நீ இதனைச் செய்யாமல் விட்டுவிட்டால் அப்புறம், இப்பிறவி முடிந்தவுடன், அம்மையில், அடியேனுக்கு அருள் செய்கிறது என்பது என்ன உறுதி? அப்படி அருள் செய்கிறாய் என்பதை ஆர் அறிவார்?"

அப்பர் இறைவனை நெருங்கிப் - பேசுகிறார். "சுவாமி, இப்போதே என்பேரில் எல்லாவற்றையும் எழுதிவைத்து விடுங்கள். பிறகு செய்கிறேன் என்றால் அப்போது நீர் செய்வது என்ன நிச்சயம்?" என்பது போலச் சொல்கிறார்.

"நான் என் நெஞ்சத்திலே திருவடியை எழுதி வைக்கும் படி சொன்னது முத்தி பெறுவதற்கு மாத்திரம் அல்ல. அது மாத்திரம் என் குறிக்கோளானால் அப்புறம் பார்த்துக் கொள்ளலாம் என்று இருப்பேன். இந்த உடம்பை விட்டு ஒழியும்போது நமன் தமர் வந்து செய்யும் கொடுஞ் செயல்களைத் தாங்க இயலாது. அந்தத் துன்பம் என்னைச்

சாராமல் போகவும் அத் திருத்தாள் பாதுகாப்பாகும். ஆதலின் அவர்கள் வருமுன் என் நெஞ்சத்தில் நின் தாளை எழுதி வைக்கவேண்டும்'' என்று கேட்கிறார்.

வெம்மை நமன் தமர் மிக்கு விரவி
விழுப்பதன்முன்
இம்மைஉன் தாள்என்றன் நெஞ்சத்து எழுதிவை;
ஈங்குஇகழில்
அம்மை அடியேற்கு அருளுதி என்பதுஇங்கு
ஆர் அறிவார்?

இறைவன் முத்தி தர வல்லவன். சோழநாட்டில் கும்ப கோணத்துக்கு அருகில் சத்தி முற்றம் என்னும் திருத்தலத்திற்குச் சென்றபோது இந்த வேண்டுகோளை இறைவனிடம் சமர்ப்பிக்கிறார் அப்பர்.

இம்மையிலே முத்தியின்பத்தைப் பெறலாம். அதை ஜீவன் முத்தி என்பர். இறைவன் திருவடி ஞானவடிவாதலால் அதனை நெஞ்சில்கொண்டால், எல்லாத் துன்பங்களுக்கும் காரணமாகி இறப்பையும் பிறப்பையும் உண்டாக்கும் அஞ்ஞானம் நீங்கும். அது நீங்கவே, துன்பங்கள் விலகி ஜீவன் முத்தி நிலை உண்டாகும்.

"தொண்டர்கண்டு அண்டிமொண்டு உண்டிருக்
கும்சுத்த ஞானம் என்னும்
தண்டையம் புண்டரி கம்தருவாய்"

என்று அருணகிரியார் திருவடியையே ஞானம் என்கிறார்.

முத்திக்குப் பல பெயர்கள் உண்டு. எவ்வகைத் துன்பமும் இல்லாததாய், அறியாமை யிருளற்ற ஞான ஒளிநிலையமாய் இருத்தலின் அதனைச் செம்மை என்ற சொல்லால் குறிப்பர். நிறைவைச் செம்மை என்று சொல்வது ஒரு வழக்கு. குறையாத இன்பத்தைத் தரும் நிலையாதலின் முத்தி, செம்மையாயிற்று.

'செம்மையே யாய சிவபதம் அளித்த செல்வமே"

என்பதில் முத்தியாகிய சிவபதத்தைச் செம்மை என்று மணிவாசகப் பெருமான் கூறினார். சத்தி முற்றத்தில் எழுந்தருளி யுள்ள சிவபெருமானுக்குச் சிவக்கொழுந்து என்பது திருநாமம். தன்னை வழிபட்டாருக்கு முத்தி தரும் பொருட்டுச் சிவபெருமான் சத்தி முற்றத்திலே எழுந்தருளியிருக்கிறான்.

செம்மை தருசத்தி முற்றத் துறையும்
சிவக்கொழுந்தே!

எத்துணை ஆற்றல் உடையவர்களாக இருப்பினும் யமனுக்கு முன் அவர்களுடைய ஆற்றல் செல்வதில்லை. மிகப் பெரியவர்களும் இறைவனிடம், "அப்போதைக்கு இப்போதே சொல்லி வைத்தேன்" என்று சொல்வார்கள். அப்பர் சுவாமிகளோ, "அப்போது நீ வந்து இது செய்வாய் என்ற உறுதி எனக்கு இல்லை. அதை இப்போதே செய்துவிடு. என் நெஞ்சத்து உன் திருவடியை எழுதி வைக்க இப்போது ஒரு தடையும் இல்லையே!" என்று முன்கூட்டியே பாதுகாப்புச் செய்துகொள்ள நினைக்கிறார்.

வெம்மை நமன்தமர் மிக்கு விரவி
விழுப்பதன்முன்
இம்மைஉன் தாள்என்றன் நெஞ்சத்து எழுதிவை;
ஈங்குஇகழில்
அம்மை அடியேற்கு அருளுதி என்பதுஇங்கு
ஆர்அறிவார்?
செம்மை தருசத்தி முற்றத்து உறையும்
சிவக்கொழுந்தே!

[வெம்மைக் குணமுடைய யமனுடைய ஏவலாளர் மிகுதியாக வந்து என்னை அடைந்து உடம்பை வீழ்த்துவதற்கு முன்னாலே இந்தப் பிறவியில் இப்போதே நின் திருவடியை அடியேனுடைய நெஞ்சத்திலே எழுதியவை; இப்போது எழுதாமல் விட்டால், அம்மையில் அடியேனுக்கு அருள்

செய்வாய் என்பதை இங்கே ஆர் அறிவார்கள்? வீட்டை அருள்கின்ற சக்தி முற்றத்தில் எழுந்தருளிய சிவக்கொழுந்தே!

தமர் - சார்ந்தவர்; யமதூதர். விழுப்பது - விழச்செய்வது. இம்மை - இப் பிறவி. ஈங்கு - இப்போது. இகழில் - செய்யாது விட்டால். அம்மை - இப் பிறவிக்குப் பின் உள்ள வாழ்வு. அருளுதி - அருள்வாய். செம்மை முத்தி.]

இது *96* -ஆம் பதிகத்தின் ஆறாம் பாட்டு.

முற்றும்.

★★★

9 788199 934986